ഗ്രീൻ ബുക്സ്

മോസ്കോവിലെ അപസ്വരങ്ങൾ

സിമോൺ ദ ബുവ (1908-1986)

ഫ്രഞ്ച് എഴുത്തുകാരി. ഷാങ്പോൾ സാർത്രിന്റെ ജീവിതസഖി. 1908ൽ പാരീസിൽ ജനനം. വിദ്യാഭ്യാസം: യൂണിവേഴ്സിറ്റി ഓഫ് പാരീസിൽ നിന്ന് ബിരുദാനന്തരബിരുദം. നോവൽ, തത്ത്വചിന്ത, രാഷ്ട്രീയം എന്നീ മേഖലകളുമായി നിരവധി കൃതികളുടെ കർത്താവ്. 'ഷീ കേം റ്റു സ്റ്റേ', 'മാൻഡരിൻസ്' തുടങ്ങിയ അതിഭൗതികനോവലുകളും 1949ൽ എഴുതിയ 'ദ സെക്കൻഡ് സെക്സ്' എന്ന പഠനവുമാണ് സിമോൺ ദ ബുവയെ ശ്രദ്ധേയയാക്കിയത്.

പ്രഭാ ആർ. ചാറ്റർജി: ശാസ്ത്രജ്ഞ, വിവർത്തക. 1951ൽ ജനനം. ഇന്ത്യൻ ഇൻസ്റ്റിറ്റ്യൂട്ട് ഓഫ് സയൻസിൽനിന്ന് രസതന്ത്രത്തിൽ ഡോക്ടറേറ്റ് (1976). ഇന്ത്യയിലും വിദേശങ്ങളിലും ഗവേഷണവും അദ്ധ്യാപനവും നടത്തിയിട്ടുണ്ട്.
Vasco da Gama's Voyage to India (E.G. Ravenstein), La BeteHumaine (Emile Zola), The First Man, The Fall, Myth of Sysyphus, Exile and Kingdom (Albert Camus), dans le cafe de la jeunesse perdue, la place de l'etoile, pour que tu ne te perdes pas dans le quartier (Patrick Modiano), les sirenes de bagdad (Yasmina Khadra), rèvolution dans la rèvolution? (regis debray) എന്നീ കൃതികൾ മലയാളത്തിലേക്ക് വിവർത്തനം ചെയ്തിട്ടുണ്ട്.

നോവൽ
മോസ്കോവിലെ അപസ്വരങ്ങൾ
സിമോൺ ദ ബുവ

വിവർത്തനം
പ്രഭാ ആർ ചാറ്റർജി

ഗ്രീൻ ബുക്സ്

green books private limited
gb building, civil lane road, ayyanthole,
thrissur- 680 003, kerala, ph: +91 487-2381066, 2381039
website: www.greenbooksindia.com
e-mail: info@greenbooksindia.com

original title - french
Malentendu à Moscou
novel
by
simone de beauvoir

english
misunderstanding in moscow

malayalam
moscovile apaswarangal

translated by
prabha r. chatterji

first published june 2019

© Editions de L'Herne, 2013
all rights reserved

Published by arrangement with Agence
littéraire Astier-Pécher

منحة الترجمة
Translation Grant
صندوق منحة الشارقة للترجمة
Sharjah Translation Grant Fund

cover design : mansoor cheruppa

branches:
thrissur 0487-2422515
palakkad 0491-2546162
thiruvananthapuram 0471-2335301
calicut 0495 4854662
kannur 0497-2763038

isbn : 978-93-88830-06-5

---

no part of this publication may be reproduced,
or transmitted in any form or by any means,
without prior written permission of the publisher.

GBPL/1089/2019

മുഖക്കുറി

ലോകപ്രശസ്ത എഴുത്തുകാരിയും ഫെമിനിസ്റ്റുമായ സിമോൺ ദ ബുവയുടെ ആത്മകഥാംശമുള്ള ഒരു രചനയാണിത്. ഏറെ ചാരിതാർത്ഥ്യത്തോടെ ഈ പുസ്തകം സമർപ്പിക്കുന്നു.

കൃഷ്ണദാസ്
മാനേജിങ് എഡിറ്റർ

വിവർത്തകയുടെ കുറിപ്പ്

ആത്മകഥാംശം കലർന്ന തുറന്നെഴുത്ത്, സിമോൺ ദ ബുവ യുടെ പതിവു ശൈലിയാണ്. അനുഭവങ്ങളും പരിചിതരും വേഷ പ്പകർച്ചയോടെയാണെങ്കിലും ബുവയുടെ കഥകളിൽ രംഗ പ്രവേശം ചെയ്യുന്നു. നീണ്ട ചെറുകഥയെന്നോ നോവലെറ്റ് എന്നോ വിശേഷിപ്പിക്കാവുന്ന "മോസ്കോവിലെ അപസ്വരങ്ങൾ' ബുവ എഴുതിയത് 1965ലാണെന്നാണ് അവരുടെ സ്വകാര്യഫയ ലിലെ കുറിപ്പുകളിൽ നിന്നറിയുന്നത്. പക്ഷേ കഥ നടക്കുന്നത് 1966ൽ അതായത് വിപ്ലവം കഴിഞ്ഞ് അഞ്ചു പതിറ്റാണ്ടുകൾ പിന്നിട്ട റഷ്യയിലാണെന്നുള്ള സൂചന ആഖ്യാനത്തിൽ മിക്കയിടത്തും കാണാം. എന്തുകൊണ്ടോ ബുവ ഈ രചന പ്രസിദ്ധീകരിച്ചതേയില്ല. ഒരുവേള കഥയുടെ രാഷ്ട്രീയ പ്രസക്തി നഷ്ടപ്പെട്ടുവെന്ന് അവർക്കു തോന്നിയതുകൊണ്ടാവാം. ബുവ നിര്യാതയായി ആറു വർഷം കഴിഞ്ഞ്, 1992ലാണ് അവരുടെ ദത്തുപുത്രി സിൽവി ലബോൺ ഫയലിൽ നിന്ന് ഈ കഥ കണ്ടെടുത്ത് പ്രസിദ്ധീകരണത്തിനയച്ചത്.

അറുപതുകളുടെ ആദ്യവർഷങ്ങളിൽ സാർത്രും ബുവയും പല തവണ റഷ്യ സന്ദർശിക്കുകയുണ്ടായി. സോഷ്യലിസ ത്തിന്റെ പാതയിൽ റഷ്യ ഏറെ മുന്നോട്ടു പോയിക്കാണുമെന്നാ യിരുന്നു ഇടതുചിന്താധാരയിൽ ദൃഢവിശ്വാസമുണ്ടായിരുന്ന അവരുടെ പ്രതീക്ഷ. സ്റ്റാലിന്റെ ഏകാധിപത്യത്തിനുശേഷം ക്രൂഷ്ചെവിന്റെ മഞ്ഞുരുകും കാലമായിരുന്നു, അറുപതുകൾ. സമാധാനപരമായ സഹവർത്തിത്വത്തിന്റെ കാലം, ഉദാരവത്ക രണത്തിന്റെ കാലം, മുതലാളിത്ത വ്യവസ്ഥയുടെ മുഖമുദ്രയായ ഉപഭോക്തൃസംസ്കാരം റഷ്യയിലേക്ക് ഇറക്കുമതി ചെയ്യപ്പെട്ട കാലം. കൂട്ടുകൃഷി വ്യവസ്ഥയിലൂടെ കൃഷിക്കാരെ സോഷ്യലിസ്റ്റ് വ്യവസ്ഥയിൽ സജീവപങ്കാളികളാക്കാനുള്ള പദ്ധതി ആരംഭിച്ചിട്ട്

വർഷങ്ങളായെങ്കിലും അതു സഫലമായി വരുന്ന യാതൊരു ലക്ഷണവും അവർക്കു കാണാനായില്ല. മറിച്ച് സ്വകാര്യസ്വത്തുടമകൾക്കു അനുകൂലമായ സാഹചര്യങ്ങൾ വളർന്നു വരുന്നുണ്ടുതാനും. ബ്യൂറോക്രസി ഏറ്റവും അസംബന്ധമായ വിധത്തിൽ ജനജീവിതം വിഷമകരമാക്കിത്തീർക്കുന്നു. ഇതിനിടയിലാണ് റഷ്യ-ചൈന ചേരിപ്പോര്. ലോകവിപ്ലവപ്രസ്ഥാനത്തെ ഒറ്റക്കെട്ടായി നയിക്കുന്നതിനുപകരം വിപ്ലവവീര്യത്തെത്തന്നെ ക്ഷീണിപ്പിക്കുന്ന ചേരിപ്പോര്. തങ്ങളുടെ സന്ദർശനവേളകളിൽ സാർത്രിനും ബുവയ്ക്കും എന്തൊക്കെ കാണാൻ കഴിഞ്ഞോ, എന്തൊക്കെ ഉത്തരങ്ങൾ അവർ തേടിയോ, അതിന്റെയൊക്കെ നിഴലാട്ടം നോവലിലുണ്ട്. അനന്യസാധാരണമായ, സുദൃഢമായ, ഉപാധികളില്ലാത്ത സാർത്ര്-ബുവ ബന്ധത്തിലേക്കും പരോക്ഷമായെങ്കിലും കൃതി വിരൽ ചൂണ്ടുന്നു. അതോടൊപ്പം തങ്ങളിരുവരും യൗവനാവസ്ഥ പിന്നിട്ടിരിക്കുന്നുവെന്ന അവബോധത്തിന്റെ അടിയൊഴുക്കുകൾ അതിസമർത്ഥമായ വിധത്തിൽ ബുവ നോവലിൽ ഉൾക്കൊള്ളിക്കുന്നു.

തന്റെ പല കൃതികളിലും വാർദ്ധക്യം എന്ന അവസ്ഥയെ ബുവ അപഗ്രഥിച്ചിട്ടുണ്ട്. സ്ത്രീകളുടെ കാര്യം വിശദമായിത്തന്നെ Le deuxième sexe (Second Sex) എന്ന കൃതിയിൽ ചർച്ച ചെയ്യുന്നുണ്ട്. La vieillesse (Old Age) എന്ന കൃതിയിൽ വൃദ്ധതലമുറ ലിംഗഭേദമന്യെ അരികുവത്കരിക്കപ്പെടുന്ന ചിത്രമാണ് ബുവ വരച്ചു കാട്ടുന്നത്. വാർദ്ധക്യം ജീവിതത്തിന്റെ ഹാസ്യാനുകരണമാണ്. വയസ്സാവുന്തോറും ഭാവി കുറുകുകയും ഭൂതകാലത്തിന് ഭാരമേറുകയും ചെയ്യുന്നു. അതുകൊണ്ടുതന്നെ ബാല്യകൗമാരയൗവനകാല സ്മരണകൾ തേട്ടിത്തേട്ടി വരുന്നു. വാർദ്ധക്യവും അനാരോഗ്യവും സാർത്രിനെ എത്രകണ്ട് നിസ്സഹായനാക്കിയെന്നതിന്റെ നേർക്കാഴ്ചയാണ് La Cèrèmonie des adieux (Adieu: A Farewell to Sartre) എന്ന പുസ്തകം. അതെന്തുതന്നേയായാലും വാർദ്ധക്യം ഒരുപോലെയല്ല എല്ലാവരേയും ബാധിക്കുന്നത്. നാല്പത്തഞ്ചു വയസ്സിൽ വൃദ്ധരാവുന്നവരുണ്ട്; എഴുപതിലെത്തിയിട്ടും യുവത്വത്തിന്റെ പ്രസരിപ്പു കൈവിടാത്തവരുമുണ്ട്. വാർദ്ധക്യം എത്രാമത്തെ വയസ്സിലാണ് ആരംഭിക്കുക എന്ന് കൃത്യമായി സമയരേഖയിൽ എവിടേയും പ്രകൃതി അടയാളപ്പെടുത്തിയിട്ടില്ലെങ്കിലും സാമൂഹിക ചട്ടവട്ടക്രമങ്ങൾ റിട്ടയർമെന്റ് എന്ന കടമ്പയിലൂടെ കിറുകൃത്യമായി അക്കാര്യം രേഖപ്പെടുത്തുന്നു. കഥയിലെ

കേന്ദ്രകഥാപാത്രങ്ങളായ നികോൾ ആൻഡ്രേ ദമ്പതിമാരുടെ വിഷയത്തിലും ഇതു തന്നെയാണ് സംഭവിച്ചത്.

താൻ ഉപയോഗശൂന്യയായി എന്ന മനഃസ്താപമാണ് നികോളിനെ അസ്വസ്ഥയാക്കുന്നത്. ഇത്രയും കാലം അധ്യാപികയായി ജോലിചെയ്ത സ്ഥാപനത്തിലേക്കുള്ള വാതിലടഞ്ഞു; മകൻ വിവാഹം ചെയ്ത് മാറിത്താമസിക്കാനുള്ള തിരക്കിലാണ്. ഇനിയുള്ള ജീവിതത്തിൽ താനും ആൻഡ്രേയും മാത്രം. അതിന്റെ രസം വേറെയെങ്കിലും മനസ്സിനകത്ത് എന്തോ ചുളുചുളെ കുത്തുന്നുണ്ട്. പലതും ചെയ്യാമായിരുന്നു, പക്ഷേ കാര്യമായിട്ടൊന്നും ചെയ്യാനായില്ല എന്ന നിരാശയാണ് ആൻഡ്രേയെ ഗ്രസിച്ചിരിക്കുന്നത്. വാർദ്ധക്യം എന്ന അവസ്ഥയുമായി, ജീവിതത്തോടുള്ള കമ്പം തീർന്നിട്ടില്ലാത്ത ഇരുവരും പൊരുത്തപ്പെട്ടു വരുന്നതേയുള്ളൂ. ആ പൊരുത്തപ്പെടൽ മുഖ്യമായും രണ്ടു തലങ്ങളിൽ നടക്കേണ്ടതുണ്ട്. വ്യക്തികളെന്ന നിലയ്ക്ക് സ്വയവും പിന്നെ ദമ്പതികളെന്ന നിലയ്ക്ക് പരസ്പരവും. ഇവ രണ്ടും സ്വതന്ത്രവും സമാന്തരവുമായ തലങ്ങളല്ല, സങ്കീർണമായ വിധത്തിൽ ഇടകലർന്നു കിടക്കുന്നവയാണ്. അതെന്തുതന്നെയായാലും താൻ കേന്ദ്രബിന്ദുവായുള്ള ഒരാകർഷണ മേഖല ആൻഡ്രേയെ എല്ലായ്പോഴും തന്നിലേക്കു വലിച്ചടുപ്പിക്കുന്നുവെന്ന വിശ്വാസം നികോളിനുണ്ട്. അതേവിധം നികോളും താനും മാത്രമായ ശാന്തസന്തുഷ്ടമായ വാർദ്ധക്യജീവിതമാണ് ആൻഡ്രേയുടെ സ്വപ്നം. എന്നിരിക്കിലും കാലപ്രവാഹത്തിൽ തങ്ങളുടെ ദാമ്പത്യബന്ധത്തിലെ പ്രണയം ചോർന്നുപോയി അതു വെറും ശീലമായിപ്പോയോ എന്ന ആശങ്കയും ഇരുവർക്കുമുണ്ട്. വൈലോപ്പിള്ളി പറയുമ്പോലെ 'ഹന്ത പഴകിയ ശീലം പോലൊരു ബന്ധനമുണ്ടോ ലോകത്തിൽ?'

അടിയുറച്ച ഇടതുപക്ഷ അനുഭാവികളാണ് ഇരുവരും, ആൻഡ്രേയുടെ വയോവൃദ്ധയായ അമ്മ ഇപ്പോഴും ഫ്രഞ്ച് കമ്യൂണിസ്റ്റ് പാർട്ടിയിൽ സജീവ പ്രവർത്തകയാണ്. സമത്വസുന്ദരമായ ലോകം കെട്ടിപ്പടുക്കാൻ സോവിയറ്റ് യൂണിയൻ നേതൃത്വം വഹിക്കുമെന്നാണ് അവരുടെയൊക്കെ വിശ്വാസം. വളരെ പ്രതീക്ഷകളോടെയാണ് മൂന്നു വർഷത്തെ ഇടവേളയ്ക്കു ശേഷം വീണ്ടുമൊരു തവണ ആൻഡ്രേയും നികോളും റഷ്യ സന്ദർശിക്കുന്നത്. തങ്ങളുടെ ദാമ്പത്യജീവിതത്തിൽ ഈ റഷ്യൻ വിനോദയാത്ര പുത്തനുണർവ് വിടർത്തുന്ന വഴിത്തിരിവായിരിക്കുമെന്നും അവരിരുവരും അകമേ വിശ്വസിക്കുന്നുണ്ട്. പക്ഷേ

മനസ്സിൽ സ്വരൂപിച്ചുകൂട്ടിയ സങ്കല്പങ്ങൾക്കു വിരുദ്ധമായ സ്ഥിതിഗതികളാണ് അവർക്കു നേരിടേണ്ടി വരുന്നത്.

ഉദാഹരണത്തിന് ആൻഡ്രേയ്ക്ക് പലതുമറിയണം: സോവിയറ്റ് യൂണിയനിൽ സാധാരണ പൗരന്റെ അവസ്ഥ എന്താണ്? മൈതാനങ്ങളിൽ പാടിത്തിമിർക്കുന്ന റഷ്യൻ യുവാക്കളുടെ ആട്ടവും പാട്ടും കൃത്രിമമാണെന്ന് തോന്നുന്നതെന്തുകൊണ്ട്? ഫ്രഞ്ചു യുവാക്കളുമായി ഇവർക്ക് എത്രത്തോളം സാമ്യമുണ്ട്? സർഗചേതനയും സോഷ്യലിസ്റ്റ് മനഃസ്ഥിതിയും പരസ്പരപൂരകങ്ങളാകുന്നതെങ്ങനെ?, ദേശീയസ്വകാര്യ താത്പര്യങ്ങൾ കൂട്ടിക്കലർത്തപ്പെടുന്നതെങ്ങനെ? അങ്ങനെ പല പല ചോദ്യങ്ങൾ. പക്ഷേ വിദേശിയെന്നതിനാൽ സാധാരണജനങ്ങൾക്കിടയിലേക്ക് സ്വതന്ത്രമായി അയാൾക്കു കടന്നു ചെല്ലാനാവില്ല. വിശദീകരണങ്ങൾ ആവശ്യപ്പെടാനാകില്ല. ഒന്നാമത് ഭാഷ അറിയില്ല. പിന്നെ എല്ലാത്തിനും നിയന്ത്രണം. വിനോദസഞ്ചാര കേന്ദ്രങ്ങൾ സന്ദർശിക്കാൻപോലും മുൻകൂർ അനുമതി തേടിയിരിക്കണം. അനുമതി എല്ലായ്‌പോഴും നിഷേധിക്കപ്പെടുകയും ചെയ്യുന്നു. വൃദ്ധ തലമുറ മാത്രമല്ല യുവതലമുറയും മതത്തിലേക്കും മതാനുഷ്ഠാനങ്ങളിലേക്കും നീങ്ങുന്ന പ്രതിഭാസം ആൻഡ്രേയെ ഒട്ടൊന്നുമല്ല വിവശനാക്കുന്നത്. ഇതൊന്നുമായിരുന്നില്ല ആൻഡ്രേയും നികോളും പ്രതീക്ഷിച്ചത്.

ഈ ഇച്ഛാഭംഗത്തെക്കുറിച്ച് തുറന്നു സംസാരിക്കാനാകാത്ത വിധം മാഷ സദാ അവരോടൊപ്പമുണ്ട്. ആൻഡ്രേയുടെ ആദ്യ വിവാഹത്തിലെ മകളാണ് മാഷ. റഷ്യക്കാരനെ വിവാഹം കഴിച്ച് മോസ്‌കോയിൽ താമസമാക്കിയിരിക്കയാണ്. (സാർത്രിന്റെ റഷ്യൻ സ്നേഹിത ലെനാ സൊണീനയുടെ ചില സ്വഭാവവിശേഷങ്ങൾ മാഷയ്ക്കു ചാർത്തിക്കിട്ടിയതായി നിരൂപകർ അഭിപ്രായപ്പെടുന്നു). ഈ റഷ്യൻ വിനോദയാത്രയിൽ നികോൾ–ആൻഡ്രേ ദമ്പതിമാരുടെ വഴികാട്ടിയും ഭാഷാസഹായിയുമാണവൾ. ആൻഡ്രേയുടെ ചോദ്യങ്ങൾക്കുള്ള ഉത്തരങ്ങൾ അവളുടെ പക്കലില്ല. പക്ഷേ മാഷയ്ക്ക് അചഞ്ചലമായ ശുഭപ്രതീക്ഷയുണ്ട്, പ്രതിസന്ധികളേറെയുണ്ടെങ്കിലും അനവധി വിട്ടുവീഴ്ചകൾ ചെയ്യേണ്ടി വരുന്നുണ്ടെങ്കിലും റഷ്യ വിജയിക്കുകതന്നെ ചെയ്യുമെന്ന ശുഭാപ്തിവിശ്വാസമുണ്ട്.

മാഷയുടെ നിരന്തരസാന്നിധ്യം പല വിധത്തിൽ നികോളിനെ അസ്വസ്ഥയാക്കുന്നുണ്ട്. ആൻഡ്രേയോടൊപ്പം സ്വകാര്യ നിമിഷങ്ങൾ പങ്കിടാനാവാത്തത്, മാഷയുടെ യൗവനം, ആത്മ

വിശ്വാസം, ആൻഡ്രേയ്ക്ക് മകളോടുള്ള പ്രതിപത്തി, അങ്ങനെ പലതും. ഒരിടത്ത് നികോൾ ആത്മവിശകലനം ചെയ്യുന്നുണ്ട്: എപ്പോഴാണ് താനും ആൻഡ്രേയും തമ്മിലുള്ള സംസാരം സൗഹൃദത്തിന്റെ ചുരുക്കഭാഷയിലായത്, എപ്പോഴാണ് അംഗ വിക്ഷേപങ്ങളിലെ സൗകുമാര്യം അപ്രത്യക്ഷമായത്, തെറ്റ് ആരുടെ ഭാഗത്തായിരുന്നു എന്നിങ്ങനെ.

ആൻഡ്രേയും പരിഭവക്കുമ്പാരം പടുത്തുയർത്തുന്നു. തന്റെ വാക്കുകളും പ്രവൃത്തികളും നികോളിൽ ആഹ്ലാദപ്പൂത്തിരി വിരിയിക്കാത്തതെന്തുകൊണ്ട്? നികോളിന് തിരിച്ചു പാരിസി ലെത്താനുള്ള തിടുക്കം, അവളുടെ നീരസം, ഇതൊക്കെ താൻ അറുബോറനായി തീർന്നതുകൊണ്ടോ, അഥവാ അവളുടെ പ്രതീക്ഷയ്ക്കൊത്ത് തനിക്ക് ജീവിതത്തിൽ ഉയരാനായി ല്ലെന്നതു കൊണ്ടോ, എന്ന് ആൻഡ്രേയും വിമ്മിട്ടപ്പെടുന്നു. വാർദ്ധക്യത്തിൽ അയാൾക്ക് ഒന്നേ വേണ്ടിയിരുന്നുള്ളൂ നികോളിന്റെ കൂട്ട്. ഫിലിപ്പിന്റെ കല്യാണം കഴിഞ്ഞു, നികോൾ റിട്ടയർ ചെയ്യുകയും ചെയ്തു. ഇനി നികോളിനെ തനിക്കു മാത്രമായി ലഭിക്കും. പക്ഷേ അവൾക്ക് അയാളോടു പ്രണയ മൊന്നുമില്ലെന്നു വന്നാൽ, അയാളുടെ കൂട്ട് അവൾക്കു ബോറടി യാണെന്നു വന്നാൽ, അവൾ സ്വന്തം ദുഃഖങ്ങളും കെട്ടിപ്പിടിച്ചി രുന്നാൽ പിന്നെ എല്ലാം തകരും. അയാളുടെ സ്വപ്നം, അവരിരു വരും മാത്രമുള്ള ലോകം, പൂർണമായും അർത്ഥശൂന്യമാകും. അവരുടേത് വിഷാദഭരിതമായ വാർദ്ധക്യമാവും. ഒരു പ്രായം കഴിഞ്ഞാൽ പിരിഞ്ഞുപോകാനാവാത്തതുകൊണ്ടു മാത്രം ഒന്നിച്ചു താമസിക്കുന്ന മറ്റു ചിലരെപ്പോലെ. വയ്യ, അയാൾക്കതു വിശ്വസിക്കാനേ ആകുന്നില്ല.

സൗന്ദര്യപ്പിണക്കം മൂർച്ഛിക്കവേ പ്രണയശൂന്യമായ ബന്ധനമായിത്തീർന്നു ദാമ്പത്യമെന്ന് ഇരുവരും ഖേദിക്കുന്നു. മനസ്സു തുറന്നു സംസാരിച്ചാൽ കൊള്ളാമെന്നുണ്ടെങ്കിലും വിങ്ങിപ്പൊട്ടി "ആരാദ്യം പറയും, പറയാതിനി വയ്യ, പറയാനും വയ്യ' എന്ന നിലയിലെത്തിനിൽക്കുന്നു. ഇരുവരുടേയും ചിന്ത കൾ ഇത്തരത്തിൽ കാടുകയറുന്നത് അതീവചാതുര്യത്തോടെ യാണ് ബോവ ചിത്രീകരിക്കുന്നത്. സ്ത്രീയുടെ മനോവ്യാപാര ങ്ങൾക്കു സമാന്തരമായി പുരുഷമനസ്സിന്റെ കാഴ്ചപ്പാടും വികസിപ്പിച്ചെടുത്തിരിക്കുന്നു. ഇതിനു തികച്ചും വിപരീതമാണ് ബുവയുടെ L'invitee (Eng. She camet ro Stay) എന്ന ആദ്യ കാല നോവൽ. രണ്ടാം ആഗോളയുദ്ധമാണ് പശ്ചാത്തലം.

സാർത്രും ഓൾഗവാൻഡാ സഹോദരിമാരുമായുള്ള പ്രണയ മാണ് നോവലിന്റെ പ്രേരകം. ഫ്രാൻസ്വാ എന്ന സ്ത്രീ കഥാ പാത്രത്തിലൂടെ സ്വന്തം മനസ്സിലെ അരക്ഷിതാബോധവും ആ കുലതയും ബോവ വെളിപ്പെടുത്തുന്നു.

അന്നു പാടിയ പാട്ടുകൾ പാടുവാ-
നന്നു ചൊല്ലിയ നർമങ്ങൾ ചൊല്ലുവാൻ,
അന്നു തൂകിയ പുഞ്ചിരി തൂകുവാൻ
ഇന്നെനിക്കു പടുത്വമില്ലോമനേ. (അക്കിത്തം)

യുവമിഥുനങ്ങൾ വൃദ്ധദമ്പതികളായിത്തീരവെ പ്രണയ ത്തിനും രൂപാന്തരത്വം സംഭവിക്കുന്നു. പ്രണയം അചഞ്ചലവും അഭംഗുരവുമായ പരസ്പര വിശ്വാസമായി മാറുന്ന, പ്രണയ ചാപല്യങ്ങൾ ബാലിശവും അനാവശ്യവുമാവുന്ന അവസ്ഥാന്തരം. ഏതു കൊടുങ്കാറ്റിലും വെള്ളപ്പൊക്കത്തിലും ഇളകാത്ത ആ കനത്ത പാറക്കെട്ട്, പരിഭവങ്ങളും പിണക്കങ്ങളും പറഞ്ഞു തീർക്കാനുള്ള അത്താണിയായി മാറുന്നു. പ്രണയപൂങ്കാവനം നട്ടുവളർത്താൻ ആയില്ലെങ്കിലും പാറയിടുക്കുകളിൽ ഇടയ്ക്കിടെ ഏതാനും മുക്കുറ്റിപ്പൂക്കൾ വിരിയിക്കാൻ വാർദ്ധക്യം ഒരു തടസ്സമേയല്ല.

പ്രഭാ ആർ ചാറ്റർജി

അവലംബം

1. Old Age - Simone de Beauvoir (Penguin , 1990; ISBN-978-0140183320, Original French La vieillesse : Gallimard 1970)
2. Second Sex - Simone de Beauvoir (Vintage 2011, ISBN-13: 978-0307277787; Original French Le deuxième sexe, Les faits et les mythes tome 1 & 2., Gallimard 1949)
3. Adieu: A Farewell to Sartre- Simone de Beauvoir (Pamtheon 1985, ISBN-13:978-0394728988; Original French : La Cèrèmonie des adieux, Gallimard 1981)
4. She Came to Stay - Simone de Beauvoir (W. W. Norton & Company, 1999, ISBN-13: 978-0393318845; Original French : La Invitee, Gallimard 1943)

മോസ്കോവിലെ അപസ്വരങ്ങൾ

അവൾ പുസ്തകത്തിൽ നിന്ന് മുഖമുയർത്തി. എന്തൊരു ബോറൻ കഥകളാണ്. പരസ്പരം സംസാരിക്കാൻ കൂട്ടാക്കാത്തതുകൊണ്ടുള്ള പ്രശ്നങ്ങൾ. അതു വലിയ കഷ്ടം തന്നെ. ഉള്ളുതുറന്നു സംസാരിക്കണമെന്നു തോന്നിയാൽ പിന്നെ വലിയ ബുദ്ധിമുട്ടില്ലാതെ എന്തും പറയാമല്ലോ. എല്ലാവരോടുമല്ല, അടുപ്പമുള്ള രണ്ടോ മൂന്നോ പേരോട്. ആൻഡ്രേ തൊട്ടടുത്ത സീറ്റിലിരിപ്പുണ്ട്. ഏതോ ഒരു ത്രില്ലർ വായിച്ചുകൊണ്ട്.

ചില പ്രത്യേക അലട്ടലുകൾ, മനോവികാരങ്ങൾ, കൊച്ചുകൊച്ചു ഖേദങ്ങൾ, ഇവയൊക്കെ അവൾ അയാളിൽ നിന്നു മറച്ചു പിടിക്കുന്നുണ്ട്. അത്തരം ചില്ലറ രഹസ്യങ്ങൾ അയാൾക്കുമുണ്ടായിരിക്കുമെന്നത് നിസ്സംശയം. പൊതുവെ പറഞ്ഞാൽ ഇരുവർക്കും പരസ്പരം അറിയാത്തതായി ഒന്നുമുണ്ടായിരുന്നില്ല. അവൾ വിമാനത്തിന്റെ ചില്ലുജനാലയിലൂടെ പുറത്തേക്കു നോക്കി. കണ്ണെത്താവുന്ന ദൂരത്തോളം നീണ്ടുകിടക്കുന്ന കറുത്തിരുണ്ട കാടുകളും വിളറിയ പുൽപ്രദേശങ്ങളും. ഇങ്ങനെ എത്രയെത്ര തവണ അവരിരുവരും കൈകളിൽ പുസ്തകവുമായി അടുത്തടുത്തിരുന്ന് ട്രെയിനിലും വിമാനത്തിലും ബോട്ടിലും യാത്ര ചെയ്തിട്ടുണ്ട്? ഇനിയും എത്രയോ തവണ അവരിരുവരും ചേർന്ന് കരയിലും കടലിലും ആകാശത്തും നിശ്ശബ്ദരായി ഒഴുകി നടന്നെന്നിരിക്കും. ഇപ്പോൾ ഈ നിമിഷത്തിന് ഒരു സ്മൃതിയുടെ മാധുര്യവും ഒരു വാഗ്ദാനത്തിന്റെ പ്രതീക്ഷയും ഉണ്ട്.

തങ്ങൾക്കിപ്പോൾ എന്തു പ്രായം വരും? മുപ്പതോ അതോ അറുപതോ? ആൻഡ്രേയുടെ തലമുടി വളരെ മുമ്പേതന്നെ നരച്ചു; വെളുത്ത തലമുടി അയാളുടെ പ്രസരിപ്പാർന്ന മുഖത്തിന് മാറ്റുകൂട്ടുന്നതായി തോന്നിയ കാലമുണ്ടായിരുന്നു. ഇപ്പോഴും അങ്ങനെയല്ലെന്നല്ല. മുഖത്തെ ചർമത്തിന് കട്ടികൂടിയിരിക്കുന്നു, ചുളിവുകൾ വീണിരിക്കുന്നു, പഴക്കം ചെന്ന തുകലുപോലെ. പക്ഷേ ചുണ്ടുകളിലും കണ്ണുകളിലും വിളയാടുന്ന പുഞ്ചിരിക്ക് പണ്ടത്തെ അതേ തിളക്കം. ഫോട്ടോ ആൽബങ്ങൾ മറ്റെന്തുതന്നെ പറഞ്ഞാലും യൗവനാവസ്ഥയിലെ മുഖത്തേക്കാൾ ഇപ്പോഴുള്ള മുഖമാണ് കൂടുതൽ ആകർഷകം. അയാളെ ഒരു നിശ്ചിത പ്രായക്കാരനായി കാണാൻ നികോളിനു കഴിഞ്ഞില്ല; ഒരുവേള അയാൾ സ്വയം അപ്രകാരം പെരുമാറുന്നില്ലെന്നതു കൊണ്ടാവാം. പണ്ടൊക്കെ

ഓടാനും നീന്താനും മലകയറാനും കണ്ണാടിയിൽ സ്വന്തം രൂപം നോക്കിക്കാണാനുമൊക്കെ എന്തൊരുത്സാഹമായിരുന്നു അയാൾക്ക്. എന്നിരിക്കിലും ഇന്നും അറുപത്തിനാല് അയാൾക്ക് ഒരു പ്രശ്നമേയല്ലെന്ന മട്ടാണ്. ചിരിയും കളിയും കണ്ണീരും രോഷാകുലമായ നിമിഷങ്ങളും ലാളനകളും ഏറ്റുപറച്ചിലുകളും മൗനവ്രതങ്ങളും പ്രണയത്തള്ളിച്ചകളും ഒക്കെയായി ഒരു നീണ്ട ജീവിതകാലം ഒന്നിച്ചു പിന്നിട്ടവരാണവർ; ചിലപ്പോൾ തോന്നും സമയം കടന്നുപോയിട്ടേയില്ലെന്ന്. ഭാവി ഇതാ നീണ്ടു കിടക്കുന്നു, മുന്നോട്ട് അനന്തമായി...

"താങ്ക്സ്."

എയർഹോസ്റ്റസ് നീട്ടിപ്പിടിച്ച കൊട്ടയിൽനിന്ന് നികോൾ ഒരു മിഠായി എടുത്തു. അവരുടെ അമിതവണ്ണവും കടുത്ത നോട്ടവും അവളെ അല്പമൊന്നു ഭയപ്പെടുത്തി. മൂന്നു വർഷം മുമ്പത്തെ സന്ദർശനവേളയിലും ഇവ്വിധം റെസ്റ്റോറന്റിലേയും ഹോട്ടലിലേയും പരിചാരികമാർ അവളെ പേടിപ്പിച്ചിരുന്നു. സ്വന്തം അവകാശങ്ങളെക്കുറിച്ചുള്ള അവരുടെ സൂക്ഷ്മബോധം മനസ്സിലാക്കാനാകുമെങ്കിലും സൗഹൃദലേശമെന്യേയുള്ള പെരുമാറ്റം, താൻ സ്വയം തെറ്റുകാരിയാണെന്നോ ആയിരിക്കാമെന്നോ ഉള്ള തോന്നൽ നികോളിൽ ഉളവാക്കി.

"നമ്മൾ താമസിയാതെ ലാൻഡു ചെയ്യും." എയർഹോസ്റ്റസ് പറഞ്ഞു.

നികോൾ അല്പം പരിഭ്രാന്തിയോടെ മുകളിലേക്കു പൊന്തിവരുന്ന ഭൂനിരപ്പിനെ നോക്കി. അനന്തമായ ഭാവിയെപ്പറ്റിയോർത്തു. ഒരു ക്ഷണം പോരെ എല്ലാം തകർന്നു തരിപ്പണമാകാൻ? ഒരു നിമിഷം സുരക്ഷിതത്വം, അതിനടുത്ത നിമിഷം കൊടുംഭീതി. ഇത്തരത്തിൽ പൊടുന്നനെ മാറിമറിയുന്ന സ്വന്തം മാനസികനിലയെപ്പറ്റി അവൾ ബോധവതിയായിരുന്നു. മൂന്നാം ലോകമഹായുദ്ധം ഏതു നിമിഷവും സംഭവിച്ചേക്കാം; ആൻഡ്രേയ്ക്ക് ശ്വാസകോശ കാൻസർ പിടിപെട്ടേക്കാം, ഒരു ദിവസം രണ്ടു പാക്കറ്റ് സിഗരറ്റ് വളരെ കൂടുതലാണ്; അതൊന്നുമല്ലെങ്കിൽ ഈ വിമാനം ഭുമിയിലടിച്ച് തകർന്നു തരിപ്പണമായേക്കും. എല്ലാം അവസാനിപ്പിക്കാൻ ഏറ്റവും നല്ല വഴിയും അതല്ലേ? ഒരു ഏടാകൂടവുമില്ല, രണ്ടുപേരും ഒന്നിച്ചങ്ങു പോകും. പക്ഷേ വേണ്ട, അത്ര പൊടുന്നനെ വേണ്ട, ഇപ്പഴല്ല.

വിമാനത്തിന്റെ ചക്രങ്ങൾ റൺവേയിൽ ശക്തമായി ഉരസുന്നതറിഞ്ഞ് അവൾ സ്വയം സമാധാനിച്ചു. ഹാവൂ! സുരക്ഷിതമായി എത്തിയിരിക്കുന്നു. യാത്രക്കാർ കോട്ടുകൾ അണിഞ്ഞ് കൈപ്പെട്ടികളുമെടുത്ത്. ഇറങ്ങാൻ തയ്യാറായി നിൽക്കുന്നു. കുറച്ചുസമയം കാത്തു നിൽക്കേണ്ടിവന്നു. ആൻഡ്രേ ചോദിച്ചു.

"ബെർച്ച് മരങ്ങളുടെ മണം പിടിച്ചെടുക്കാനാകുന്നുണ്ടോ, നിനക്ക്?"

നല്ല കുളിർമ. അല്ലല്ല, നല്ല തണുപ്പു തന്നെ. എയർഹോസ്റ്റസിന്റെ അറിയിപ്പനുസരിച്ച് 61 ഡിഗ്രീ ഫാറൻഹീറ്റ്. പാരീസ് എത്ര അടുത്ത്.

വെറും മൂന്നു മണിക്കൂർ നേരത്തെ വിമാനയാത്ര മതി. എന്നാലും എത്ര ദൂരെ. ഇന്നു രാവിലെ പുറപ്പെടുമ്പോൾ പാരീസിൽ എന്തൊരുഷ്ണ മായിരുന്നു. വേനലിന്റെ ആദ്യത്തെ തള്ളിച്ച. ഉരുകിയൊലിക്കുന്ന ടാറി ന്റെയും കുമിഞ്ഞുയരുന്ന കനൽക്കാറ്റിന്റെയും മണം അന്തരീക്ഷത്തിൽ. ഫിലിപ്പ് എത്രയടുത്ത്, എന്നാലും എത്ര ദൂരെ...

ബസ് അവരേയുംകൊണ്ട് വിമാനത്താവളത്തിന് കുറുകെ പോവുക യാണ്. 1963ൽ ഇറങ്ങിയ വിമാനത്താവളമല്ലിത്, അതിനേക്കാളും എത്രയോ മടങ്ങ് വിസ്തീർണമുണ്ടിപ്പോൾ. കൂണിന്റെ ആകൃതിയിലുള്ള ഒരു കെട്ടിടത്തിലേക്കാണ് ബസ് അവരേയും കൊണ്ടുപോയത്. അവിടെ പാസ്പോർട്ടുകൾ പരിശോധിക്കപ്പെട്ടു. പുറത്തേക്കുള്ള വാതിലിനടുത്ത് മാഷ അവരേയും കാത്തുനില്പുണ്ടായിരുന്നു. നികോളിന് വീണ്ടും അദ്ഭുതം തോന്നി ആൻദ്രേയുടെയും ക്ലെയറിന്റെയും കടകവിരുദ്ധമായ മുഖലക്ഷണങ്ങൾ എത്ര സാമഞ്ജസ്യത്തോടെയാണ് മാഷയുടെ മുഖത്ത് സമ്മേളിച്ചിരിക്കുന്നത്. നീണ്ടു മെലിഞ്ഞ സുന്ദരി. വല്ലാതെയങ്ങ് ചുരുളിപ്പിച്ച മുടി മാത്രമേ മോസ്കോക്കാരിയുടെ ലക്ഷണമായുള്ളൂ.

“ഫ്ളൈറ്റ് എങ്ങനെ ഉണ്ടായിരുന്നു? നിങ്ങൾക്കു സുഖം തന്നെയല്ലേ, അച്ഛനോ?”

നികോളിനോട് ഔപചാരികമായും സ്വന്തം അച്ഛനോട് ഏറെ അടുപ്പ ത്തോടും അവൾ ആരാഞ്ഞു. ഇത് പ്രതീക്ഷിച്ചതാണ്, എന്നാലും എന്തോ ഒരു അസാധാരണത്വം.

“ആ ബാഗിങ്ങു തരൂ.” ഇതും പ്രതീക്ഷിച്ചപോലെത്തന്നെ. പക്ഷേ മറ്റൊന്നുണ്ട്. ഒരു പുരുഷൻ നിങ്ങളുടെ ബാഗ് എടുക്കുന്നെങ്കിൽ, അത് നിങ്ങൾ സ്ത്രീയാണെന്നതുകൊണ്ടാണ്. എന്നാൽ മറ്റൊരു സ്ത്രീ നിങ്ങ ളുടെ ബാഗ് എടുക്കുന്നെങ്കിൽ അതിനർത്ഥം അവൾ നിങ്ങളേക്കാൾ ചെറുപ്പമാണെന്നതു കൊണ്ടാണ്. നിങ്ങൾക്ക് പ്രായാധിക്യം തോന്നി യെന്നും വരും.

“നിങ്ങളുടെ ബാഗ്ഗേജ് ചീട്ടുകൾ തരൂ. എന്നിട്ട് ഇരുവരും അവിടെ ചെന്നിരിക്കൂ.” മാഷ കല്പിക്കുകയാണ്. നികോൾ അതനുസരിച്ചു. തനിക്കു പ്രായമായിരിക്കുന്നു. ആൻദ്രേയുടെ കൂടെയാവുമ്പോൾ പൊതുവെ അക്കാര്യം മറന്നുപോകുന്നുവെന്നതു ശരിതന്നെ, പക്ഷേ പലപ്പോഴും കൊച്ചു കൊച്ചു കാര്യങ്ങൾ അവളെ അക്കാര്യം ഇടയ്ക്കിടെ ഓർമിപ്പിച്ചുകൊണ്ടേയിരുന്നു. മാഷയെ കണ്ടയുടൻ അവൾ മനസ്സിൽ കുറിച്ചിട്ടതാണ് “സുന്ദരിയായ യുവതി.” അവളോർത്തു പണ്ടൊരിക്കൽ ഒരു നാല്പതുകാരിയെ നോക്കി അമ്മായിയപ്പനും അതുതന്നെയാണ് പറഞ്ഞത്. അന്നു മുപ്പതുകാരിയായ തനിക്ക് ചിരിവന്നു. ഇപ്പോൾ തനിക്കും തോന്നുന്നുണ്ട് താൻ കണ്ടുമുട്ടുന്നവരെല്ലാം തന്നേക്കാൾ പ്രായം കുറഞ്ഞവരാണ്. ശരിയാണ് തനിക്ക് പ്രായമായിരിക്കുന്നു, പക്ഷേ

അതങ്ങ് എളുപ്പത്തിൽ സമ്മതിച്ചു കൊടുക്കാൻ ആവുന്നുമില്ല. (ഇതേക്കുറിച്ചുള്ള ആശ്ചര്യവും അങ്കലാപ്പുമാണ് അവൾ ആൻഡ്രേയിൽ നിന്നു മറച്ചു പിടിക്കുന്ന ചുരുക്കം സംഗതികളിലൊന്ന്.) അവൾ തന്നോടുതന്നെ പറഞ്ഞു "എന്തായാലും ചില ഗുണങ്ങളൊക്കെയുണ്ട്." ഉദ്യോഗത്തിൽ നിന്നു വിരമിക്കുക എന്നുവെച്ചാൽ ഏതാണ്ട് ചവറ്റുകൂനയിലേക്കെറിയപ്പെട്ടു എന്ന തോന്നലാണ്. എന്നാലോ, അവധിദിവസങ്ങൾക്കായി കാത്തിരിക്കാതെ ഇഷ്ടാനുസാരം വിനോദയാത്രകൾക്ക് ഇറങ്ങിത്തിരിക്കാമെന്നത് സന്തോഷമുള്ള കാര്യമല്ലേ? കുറച്ചു കൂടി കൃത്യമായി പറഞ്ഞാൽ എല്ലാ സമയവും ഒഴിവുസമയം തന്നേയല്ലേ? ക്ലാസുമുറിയിലെ ചൂടുകൊണ്ട് പൊറുതിമുട്ടുന്ന യുവസഹപ്രവർത്തകർ ഒഴിവുകാലം സ്വപ്നം കാണുകയാവും. പക്ഷേ താനിതാ ഇറങ്ങിത്തിരിച്ചിരിക്കുന്നു. അവളുടെ കണ്ണുകൾ ആൻഡ്രേയെ തേടി. അയാൾ തിരക്കിൽ മാഷയ്ക്കൊപ്പം നിൽക്കുന്നു. പാരീസിൽ എപ്പോഴും അയാളെച്ചുറ്റി ഒരാൾക്കൂട്ടം തന്നെ ഉണ്ടാവാറുണ്ട്. സ്പാനിഷ് രാഷ്ട്രീയത്തടവുകാർ, പോർച്ചുഗീസ് തടവുകാർ, ഇസ്രേലി ഇരകൾ, കോംഗോയിലെയും അംഗോളയിലെയും റിബലുകൾ, വെനസ്വേലയിലെയും പെറുവിലെയും കൊളംബിയയിലേയും വിപ്ലവപാർട്ടിക്കാർ എന്നു വേണ്ട എല്ലാവരെയും കഴിയുന്നത്ര സഹായിക്കാൻ അയാൾ ഒരുക്കമായിരുന്നു.

വേറെയും എത്രയോ എത്രയോ ആൾക്കാർ. ആ പേരുകളൊന്നും ഓർമയിൽ വരുന്നില്ല. സമ്മേളനങ്ങൾ, മാനിഫെസ്റ്റോകൾ, റാലികൾ, ദൗത്യസംഘങ്ങൾ അങ്ങനെ എല്ലാത്തിലും അയാൾ പങ്കെടുത്തു. പക്ഷേ ഇവിടെ ആരും അയാളെപ്പറ്റി ഒന്നും ചോദിക്കില്ല. ഇവിടെ അവർക്കിരുവർക്കും മാഷയെ മാത്രമേ പരിചയമുള്ളൂ. ഇവിടെ അവർക്ക് വേറൊന്നും ചെയ്യാനുമില്ല. അവരിരുവരും ചേർന്ന് പുതിയ കാഴ്ചകൾ കാണും. അയാളോടൊപ്പം കാഴ്ചകൾ കണ്ടു നടക്കുക അവൾക്ക് ഏറെ ഇഷ്ടമുള്ള കാര്യമായിരുന്നു. മാത്രമല്ല, സുഖദമായ ചിട്ടവട്ടങ്ങളിൽ തളച്ചിടപ്പെട്ട അവരുടെ ജീവിതത്തിൽ സമയം ഏതാണ്ട് സ്തംഭനാവസ്ഥയിലാണ്. പുതിയ അനുഭവങ്ങളിലൂടെ അതു പുത്തുണർവ് നേടിയെന്നും വരും. അവളെഴുന്നേറ്റു. നഗരത്തിലെ നടപ്പാതകളിലോ അഥവാ ക്രെംലിനിലെ മതിൽക്കെട്ടിനകത്തോ ആയിരുന്നെങ്കിൽ എന്ന് അവളാശിച്ചു. ഈ രാജ്യത്ത് കാത്തിരിപ്പ് എത്രയേറെ നീണ്ടതാണെന്ന കാര്യം അവൾ മറന്നേ പോയിരുന്നു.

"നമ്മുടെ ലഗ്ഗേജ് എന്തായി?"

"വരും, വരാതെവിടെപ്പോകാൻ?" ആൻഡ്രേ മറുപടി നൽകി. വെറും മൂന്നര മണിക്കൂർ. മോസ്കോ എത്രയടുത്ത്, എന്നാലും എത്ര അകലെ. വെറും മൂന്നര മണിക്കൂർ? എന്നിട്ടും മാഷയെ വിരളമായി മാത്രമേ കാണാറുണ്ടായിരുന്നുള്ളൂ. (യാത്രച്ചെലവു മാത്രമല്ല മറ്റനേകം തടസ്സങ്ങൾ ഉണ്ടായിരുന്നുവെന്നത് ശരി).

പ്രകടമായ സന്തോഷത്തോടെ അയാൾ മകളെ നോക്കിക്കാണുകയാണ്.

"ഒരുപാടു കാലമായി കണ്ടിട്ട്... മൂന്നു വർഷം, എനിക്കു പ്രായം തോന്നുന്നുണ്ടല്ലേ?"

"ഹേയ്, ഇല്ലില്ല. ഒരു മാറ്റവുമില്ല."

"നീ കുറെക്കൂടി സുന്ദരിയായിരിക്കുന്നു."

ജീവിതത്തിൽ ഇനി കാര്യമായൊന്നും സംഭവിക്കാനില്ല എന്നു കണക്കുകൂട്ടിയിരിക്കുമ്പോഴാണ് ജീവിതത്തെ ആകമാനം ജാജ്വല്യമാനമാക്കുന്ന പുതിയൊരു ആകർഷണം സംജാതമാകുന്നത്. അത്ര എളുപ്പമുള്ള കാര്യമായിരുന്നില്ലെങ്കിലും അയാളത് ഒരിക്കലും പുറമേക്ക് പ്രകടിപ്പിച്ചതേയില്ല. മകൾ തന്നെ; എങ്കിലും ഭീതസ്വഭാവിയായിരുന്ന കൊച്ചു പെൺകുട്ടിയിൽ അയാൾക്കു മുമ്പ് ഒരു താത്പര്യവും തോന്നിയിരുന്നില്ല. അന്നവളുടെ പേര് മാരിയ എന്നായിരുന്നു. അന്നൊക്കെ ജപ്പാനിൽ നിന്നോ ബ്രസീലിൽ നിന്നോ മോസ്കോയിൽ നിന്നോ പാരീസിലേക്കു വരുമ്പോഴൊക്കെ ക്ലെയർ അവളേയും കൂടെ കൊണ്ടുവരുമായിരുന്നു. ഏതാനും മണിക്കൂറുകൾ അച്ഛനും മകളും പങ്കിട്ടോട്ടെ എന്നു വെച്ചാവാം. പിന്നെ യുദ്ധത്തിനുശേഷം ഭർത്താവിനെ പരിചയപ്പെടുത്താനായി പാരീസിലെത്തിയ മരിയയിൽ നിന്ന് മാഷയായ യുവതി അയാൾക്ക് തീർത്തും അപരിചിതയായിരുന്നു. പക്ഷേ 1960ൽ മാഷയുടെ രണ്ടാമത്തെ സന്ദർശനവേളയിൽ അവർക്കിടയിൽ എന്തോ ചിലതു സംഭവിച്ചു. അവൾക്ക് എന്തുകൊണ്ടാണ് തന്നോട് ഇത്രയും അടുപ്പം തോന്നുന്നതെന്ന് അയാൾക്കു മനസ്സിലാക്കാനേ ആയില്ല. എങ്കിലും അത് അയാളുടെ മനസ്സിൽ ചെറുചലനങ്ങൾ സൃഷ്ടിച്ചു. നികോളിന് അയാളോട് ഉണ്ടായിരുന്ന പ്രണയം അതേപടി നിലനിന്നു, സജീവവും സശ്രദ്ധവും സന്തോഷഭരിതവും. പ്രണയം അതൊരു ശീലമായിത്തീർന്നിരുന്നു. ഇപ്പോൾ ഈ നിമിഷം മാഷയുടെ അല്പം പാരുഷ്യം കലർന്ന മുഖത്തെ പാടെ രൂപാന്തരപ്പെടുത്തുന്ന വിധത്തിലുള്ള ആഹ്ലാദപ്പൂത്തിരി, തനിക്ക് നികോളിലേക്ക് വിരിയിക്കാനാവാത്തതിനു കാരണമെന്ത്? പരസ്പരം പഴകിപ്പോയതുകൊണ്ടാണോ?

"നമ്മുടെ ലഗ്ഗേജ് വരുന്ന ലക്ഷണമുണ്ടോ?" നികോൾ ആരാഞ്ഞു.

"വരും, വരാതെവിടെപ്പോകാൻ?" ആൻഡ്രേ മറുപടിയോതി.

അക്ഷമരായതുകൊണ്ട് എന്തു പ്രയോജനം? വേണ്ടത്ര സമയം കൈയിലുണ്ടല്ലോ. പാരീസിലാണെങ്കിൽ സമയം പറപറക്കും, ഒന്നിനു പുറകെ ഒന്നെന്ന കണക്കിന് ഓരോരോ മുൻകൂട്ടിയുറപ്പിച്ച പരിപാടികൾ. ആൻഡ്രേയ്ക്കു നിന്നു തിരിയാൻ സമയമില്ല. പ്രത്യേകിച്ച് റിട്ടയറായ ശേഷം. കാരണം ഒഴിവുസമയം എത്രയെന്ന് കണക്കുകൂട്ടുന്നതിൽ പിഴച്ചു. ജിജ്ഞാസ കൊണ്ടാവാം, അതുമല്ലെങ്കിൽ വേണ്ടപോലെ

ചിന്തിച്ചു നോക്കാഞ്ഞിട്ടാവാം ഒരുപാടു കാര്യങ്ങളങ്ങ് ഏറ്റെടുത്തു, അവയിൽ നിന്നൊട്ടു തലയൂരാനും കഴിയാതെ വന്നു. ഇനിയിതാ ഒരു മാസത്തേക്ക് എല്ലാത്തിൽ നിന്നും മുക്തി. അല്ലലോ ബാധ്യതയോ കൂടാതെ തന്നിഷ്ടം പോലെ ഒരു മാസം. ആൻഡ്രേയ്ക്ക് ഏറ്റവും ഇഷ്ടപ്പെട്ട സംഗതിയാണ് അതെന്നതു ശരി. പക്ഷേ ഏറ്റവും ഇഷ്ടപ്പെട്ട ആ തന്നിഷ്ടം തന്നെയാണ് അയാളുടെ എല്ലാ വേവലാതികൾക്കും കാരണവും.

“ദാ നമ്മുടെ ബാഗുകളെത്തി.” അയാൾ പറഞ്ഞു.

ബാഗുകൾ മാഷയുടെ കാറിൽ കയറ്റി. മാഷ ഡ്രൈവർ സീറ്റിൽ. വളരെ പതുക്കെയാണ് അവൾ കാറോടിച്ചത്. വഴിനീളെ പുത്തൻ തളിരുകളുടെ നറുമണം. വൃക്ഷങ്ങൾ കൂട്ടം കൂട്ടമായി മോസ്കോവീഥികളിലൂടെ ഒഴുകിയകലുംപോലെ. ആൻഡ്രേയുടെ മനസ്സിനകത്ത് സമ്മിശ്രവികാരങ്ങൾ നുരഞ്ഞുപൊന്തുകയാണ്, വികാരങ്ങൾ? അയാളെ സംബന്ധിച്ചേടത്തോളം അവയില്ലെങ്കിൽ ജീവിതം അപ്പാടെ വിരസം.

ഒരു സാഹസികയാത്ര തുടങ്ങാനിരിക്കുകയാണയാൾ. അതേക്കുറിച്ച് ഉദ്വേഗവും ആശങ്കയും ഉണ്ട്. എന്തെല്ലാമോ കണ്ടെത്താനുള്ള സാഹസികയാത്ര. മുമ്പൊരിക്കലും വിജയത്തെക്കുറിച്ചോ വലിയൊരാളാകുന്നതിനെക്കുറിച്ചോ അയാൾ ആശങ്കപ്പെട്ടിരുന്നില്ല. (മകൻ പഠിച്ചേ തീരുവെന്ന് അമ്മ കടുംപിടുത്തം പിടിച്ചില്ലായിരുന്നെങ്കിൽ, അയാളും അച്ഛനമ്മമാരെപ്പോലെ ചൂടും വെളിച്ചവും ഏറെ ലഭിക്കുന്ന പ്രോവൻസ് പ്രവിശ്യയിലെ ഏതെങ്കിലും പ്രൈമറി സ്കൂളിൽ വാദ്ധ്യാരായി സംതൃപ്തജീവിതം നയിച്ചിരുന്നേനേ). താനാരാണെന്നും എന്താണെന്നുമുള്ള ഉണ്മ തന്നിൽ മാത്രം ഒതുങ്ങിനിൽക്കുന്നതല്ലെന്നും നിഗൂഢവും ദുരൂഹവുമായ വിധത്തിൽ ലോകമെമ്പാടും ചിതറിക്കിടക്കുന്നുവെന്നുമുള്ള പ്രതീതി എപ്പഴോ അയാൾക്കുണ്ടായി. ആ ഉണ്മ എന്തെന്ന് ബോധ്യം വരാൻ ഭൂതകാലത്തെക്കുറിച്ചറിയണം. ദേശവിദേശങ്ങളെക്കുറിച്ചറിയണം. അതുകൊണ്ടാണ് അയാൾക്ക് ചരിത്രത്തിലും യാത്രകളിലുമൊക്കെ ഇത്രയധികം താത്പര്യം.

ശരിയാണ്, പുസ്തകങ്ങളിലൂടെ സ്വച്ഛമായിരുന്ന് ചരിത്രം വായിച്ചു പഠിക്കാനായെന്നു വരും; പക്ഷേ അതുകൊണ്ടായില്ലല്ലോ, നേരിട്ട് അനുഭവിച്ചറിയണമല്ലോ. അപരിചിത ദേശങ്ങളിലേക്കു ചെല്ലുക എന്നത് അയാളിൽ കുറച്ചൊരു പരിഭ്രാന്തി ഉളവാക്കുന്നുമുണ്ട്. സജീവവും സക്രിയവുമായ ആ അജ്ഞാതദേശം സങ്കല്പങ്ങൾക്കതീതമായിരിക്കും എന്ന ആശങ്കതന്നെ കാരണം. ഈ മുഹൂർത്തത്തിലും അതേ ആശങ്കയായിരുന്നു മറ്റെന്തിനേക്കാളുമേറെ അയാളുടെ മനസ്സിൽ മുന്നിട്ടു നിന്നത്. ലെനിൻചിന്തകളുടെ പശ്ചാത്തലത്തിലാണ് അയാൾ വളർന്നു വലുതായത്; എൺപത്തിമൂന്നുകാരിയായ അയാളുടെ അമ്മ ഇന്നും കമ്യൂണിസ്റ്റ് പാർട്ടിയുടെ മുൻനിരപ്രവർത്തകയാണ്. അംഗത്വം എടുത്തില്ലെന്നിരിക്കിലും നിരാശയും പ്രതീക്ഷയും ഇടകലർന്ന

സംഘർഷാവസ്ഥകളിലൂടെ കടന്നുപോകേണ്ടി വന്നപ്പോഴൊക്കെയും അയാൾ ഉറച്ചു വിശ്വസിച്ചിരുന്നു. ഭാവിയുടെ, അതുകൊണ്ടുതന്നെ വർത്തമാനയുഗത്തിന്റേയും സ്വന്തം ഭാഗധേയത്തിന്റേയും താക്കോൽ യു.എസ്.എസ്.ആറിന്റെ കൈകളിലാണെന്ന്. ഇരുളടഞ്ഞ സ്റ്റാലിൻയുഗത്തിൽപോലും ഈ രാജ്യം തനിക്കു മനസ്സിലാക്കാനാവാത്തവിധം വിദൂരസ്ഥമാണെന്ന തോന്നൽ അയാൾക്കുണ്ടായിരുന്നില്ല. 1963ൽ വിനോദ സഞ്ചാരത്തിനായി അവരിരുവരും ക്രിമിയയും സോച്ചിയും സന്ദർശിച്ചിരുന്നു, ഉപരിപ്ലവമായ സന്ദർശനം. പക്ഷേ ഇത്തവണ അങ്ങനെയാവില്ല. അയാൾ ചോദ്യങ്ങൾ ഉന്നയിക്കും, പത്രങ്ങൾ വായിച്ചു കേൾപ്പിക്കാൻ ആവശ്യപ്പെടും, ആൾക്കൂട്ടത്തിൽ ഇടകലരും.

കാറ് ഗോർക്കി സ്ട്രീറ്റിലേക്കു തിരിഞ്ഞു. ആളുകളും കടകളും എല്ലാമുണ്ട്. തനിക്കിവിടെ അപരിചിതത്വം അനുഭവപ്പെടുമോ എന്തോ? ഇല്ലായിരിക്കുമെന്ന ആശങ്ക അയാളെ വല്ലാതെ പരിഭ്രാന്തനാക്കി. “കുറെക്കൂടി മനസ്സിരുത്തി റഷ്യൻ ഭാഷ പഠിക്കണമായിരുന്നു.” അയാൾ ആത്മഗതം ചെയ്തു. അങ്ങനെ ചെയ്തില്ലെന്നു മാത്രമല്ല. കോഴ്സിന്റെ ആറാം പാഠത്തിനപ്പുറം പോയതുമില്ല. താനൊരു കുഴിമടിയനാണെന്ന് നികോൾ പറഞ്ഞതു ശരിയാണ്. വായിക്കുക, നടക്കുക, സംസാരിക്കുക ഇതിനൊക്കെ അയാൾ എപ്പോൾ വേണമെങ്കിലും തയ്യാറായിരുന്നു, പക്ഷേ കുത്തിയിരുന്ന് മറുഭാഷാ പദങ്ങൾ പഠിച്ചുണ്ടാക്കുക, നിഷ്ഠയോടെ കുറിപ്പുകൾ എഴുതിയുണ്ടാക്കുക ഇവയൊക്കെ അയാൾക്ക് തീരെ പിടിക്കാത്ത കാര്യങ്ങളായിരുന്നു. അങ്ങനെ വരുമ്പോൾ അയാൾ ലോകത്തേയും ജീവിതത്തേയും ഏറെ ലാഘവത്തോടെ നോക്കിക്കാണേണ്ടതാണ്. പക്ഷേ അയാൾ വല്ലാത്ത ഗൗരവക്കാരനും അതിലേറെ ബാലിശപ്രകൃതനുമായിരുന്നു; “അത് എന്നിലെ വൈരുദ്ധ്യമാണ്” അയാൾ സസന്തോഷം ആ വസ്തുത അംഗീകരിക്കുന്നു. (ഉറച്ച മാർക്സിസ്റ്റും അതേ സമയം ഭാര്യയെ പീഡിപ്പിക്കുന്നവനുമായ ഒരു ഇറ്റാലിയൻ സഹപ്രവർത്തകനിൽ നിന്നാണ് അയാൾ ആ പദപ്രയോഗം കേട്ടത്.) നേരു പറഞ്ഞാൽ അതിലയാൾക്കു വിഷമമൊന്നും തോന്നുന്നില്ല. റെയിൽവേ സ്റ്റേഷന് കടുത്ത പച്ചച്ചായം പൂശിയിരിക്കുന്നു. മോസ്കോ പച്ച. (നിങ്ങൾക്ക് അതിഷ്ടമായില്ലെങ്കിൽ പിന്നെ മോസ്കോയും ഇഷ്ടമാവില്ല, മൂന്നു കൊല്ലം മുമ്പ് താൻ പറഞ്ഞതാണ്). ഗോർക്കി സ്ട്രീറ്റ്. പീക്കിംഗ് ഹോട്ടൽ. ക്രെംലിനെ അനുകരിച്ചെന്നപോലെ മോസ്കോയിൽ ഉടനീളം പൊന്തി വന്നിട്ടുള്ള പടുകൂറ്റൻ ആലങ്കാരിക കെട്ടിടങ്ങളെ അപേക്ഷിച്ച് ലളിതമായ കെട്ടിടം. പലതട്ടുകളുള്ള വിവാഹകേക്ക് പോലെ...

നികോളിന് എല്ലാം ഓർമയുണ്ട്. കാറിൽനിന്ന് ഇറങ്ങിയ ഉടൻ മോസ്കോയുടെ തനതായ മണം അവൾ തിരിച്ചറിഞ്ഞു. അതിനേക്കാളേറെ, 1963ൽ ഉണ്ടായിരുന്നതിനേക്കാളേറെ രൂക്ഷമായി ഡീസലിന്റെ

മണവും. വാഹനങ്ങളുടെ, പ്രത്യേകിച്ച് ട്രക്കുകളുടേയും വാനുകളുടേയും എണ്ണം പെരുകിയതുകൊണ്ടാണതെന്ന കാര്യം നിസ്സംശയം. മൂന്നു കൊല്ലം കഴിഞ്ഞെന്നോ? ആ ചിന്തയുമായി അവൾ ഹോട്ടലിന്റെ സ്വീകരണ ഹാളിലേക്കു കടന്നു. വിശാലം, തിരക്കുമില്ല. (പത്രക്കട ചാരനിറമുള്ള വിരി കൊണ്ട് മൂടിയിരിക്കുന്നു; അമിതാഡംബരത്തോടെ അലംകൃത മായിരുന്ന ചൈനീസ് ഭക്ഷണശാലയുടെ വാതിലിനു മുന്നിൽ ആളുകൾ ക്യൂ നിൽക്കുന്നു). മൂന്നു വർഷം? എത്ര പെട്ടെന്നാണ് കടന്നുപോയത്. പേടി തോന്നുന്നു. തന്റെ ജീവിതത്തിൽ ഇനിയും എത്ര വർഷങ്ങൾ ബാക്കിയുണ്ട്? ഇവിടെ ഒന്നിനും ഒരു മാറ്റവും വന്നിട്ടില്ല, ഒരൊറ്റ കാര്യ ത്തിലൊഴികെ. വിദേശികൾക്ക് റൂം വാടക മൂന്നിരട്ടി! മാഷ അവർക്കു ഇതേക്കുറിച്ച് സൂചന നൽകിയിരുന്നു.

നാലാം നിലയിലെ റിസപ്ഷനിസ്റ്റ് താക്കോൽ നൽകി. ഇടനാഴിയി ലൂടെ നടക്കവേ അവരുടെ കണ്ണുകൾ തന്നെ പിന്തുടരുന്നതായി നികോ ളിനു അനുഭവപ്പെട്ടു. മുറിയിലെ ജനാലകൾക്കു കർട്ടനുണ്ടായിരുന്നതു ഭാഗ്യം. മിക്കവാറും എല്ലാ ഹോട്ടലുകളിലും വെറും ജനാലപ്പാളികൾ മാത്രമേ കാണൂ. (മാഷയുടെ വീട്ടിലും ശരിക്കുള്ള കർട്ടനുകളില്ലത്രെ. നെറ്റു പോലുള്ള വിരി മാത്രം. അതൊക്കെയങ്ങു പഴക്കമാവും എന്നാ ണവൾ പറഞ്ഞത്; മാത്രവുമല്ല കൂരിരുട്ടിൽ കിടന്നുറങ്ങാൻ പ്രയാസമാ യേക്കുമത്രെ). താഴെ വീതിയേറിയ അവെന്യൂവിലെ പണി തീർന്നിരി ക്കുന്നു. മയ്കോവസ്കി ചത്വരത്തിനു കീഴെയുള്ള തുരങ്കപ്പാതയിലേക്ക് കാറുകൾ തള്ളിക്കയറുന്നു. നടപ്പാതയിലെ ആൾക്കൂട്ടമാകെ വേനൽക്കാല വേഷത്തിലാണ്. ജൂൺ മാസമേ ആയുള്ളൂ. ഇവിടെയുള്ളവർക്ക് ചൂടെ ടുത്തു തുടങ്ങിയെന്നോ?

"ഇതാ, ഇതൊക്കെ നിനക്ക്." സൂട്ട്കേസ് തുറന്ന് സാധനങ്ങളെടുത്ത് നികോൾ മാഷയ്ക്കു നൽകി. അടുത്തകാലത്തിറങ്ങിയ ചില നോവലു കൾ, ബ്ലേയ്ഡിന്റെ ഏതാനും ലക്കങ്ങൾ, ചില സംഗീത റെക്കോഡുകൾ. പിന്നെ, കമ്പിളിസ്വെറ്റർ, സ്റ്റോക്കിംഗ്സ്, ഉടുപ്പുകൾ. മാഷയ്ക്ക് വസ്ത്ര ങ്ങളോടു വലിയ കമ്പമാണ്. പട്ടും നനുത്ത കമ്പിളിയും കൊണ്ടുള്ള ഉടുപ്പുകളൊക്കെ അവൾ തൊട്ടു തലോടി, അവയുടെ മിനുസം ആസ്വ ദിച്ചു. ഓരോ നിറവും തമ്മിൽത്തമ്മിൽ ഒത്തുനോക്കി. നികോൾ കുളി മുറിയിലേക്കു കയറി. ഭാഗ്യത്തിന് രണ്ടു ടാപ്പുകളും ടോയ്ലെറ്റിന്റെ ഫ്ളഷും എല്ലാം ശരിക്കു പ്രവർത്തിക്കുന്നുണ്ട്. വസ്ത്രം മാറി, മുഖമൊന്നു മിനുക്കി പുറത്തേക്കു വന്നു.

"ഹായ്, എന്തൊരു സുന്ദരൻ ഉടുപ്പ്. എനിക്കിതു വളരെ ഇഷ്ടപ്പെട്ടു."

അമ്പതു വയസ്സിൽ നികോളിന്റെ വസ്ത്രങ്ങളൊക്കെ ഒന്നുകിൽ തീരെ നിറം കുറഞ്ഞതോ അതല്ലെങ്കിൽ വല്ലാതെ വർണശബളമോ ആയി രുന്നു. പക്ഷേ ഇന്നവൾക്കറിയാം എന്തുതരം വസ്ത്രങ്ങളാണ് അണി യേണ്ടത്, അണിയാൻ പാടില്ലാത്തതെന്ന്; വസ്ത്രം അവൾക്കൊരു പ്രശ്ന മേയല്ലാതായിരിക്കുന്നു, പക്ഷേ സന്തോഷവും തരുന്നില്ല. വസ്ത്രങ്ങളോടു

പണ്ടൊക്കെ തോന്നിയിരുന്ന സ്നേഹാർദ്രമായ അടുപ്പം ഇപ്പോഴില്ലാതായിരിക്കുന്നു. അവൾ സ്യൂട്ട് അലമാരിയിൽ തൂക്കിയിട്ടു. രണ്ടു വർഷമായി ഇതു ധരിക്കുന്നു, എന്നാലും സർവസാധാരണമായ ഒരു വസ്തു എന്നതിൽക്കവിഞ്ഞൊരു ബന്ധവും അവൾക്ക് അതുമായില്ല.

മാഷ കണ്ണാടിയിൽ നോക്കി പുഞ്ചിരിക്കയാണ്. അണിഞ്ഞിരിക്കുന്ന പുതിയ ഉടുപ്പിലല്ല നോട്ടം പതിയുന്നത്, മറിച്ച് അപ്രതീക്ഷിതവും ആകർഷകവുമായ സ്വന്തം പ്രതിച്ഛായയുടെ നേർക്ക്. അതെ, എനിക്കും അത്തരമൊരു കാലം ഓർമിക്കാനാകും, നികോൾ സ്വയം പറഞ്ഞു.

“ഞാൻ പ്രാഗയിൽ ടേബിൾ റിസർവു ചെയ്തിട്ടുണ്ട്.“ മാഷ പറഞ്ഞു.

പ്രാഗ നികോളിന് ഏറ്റവും പ്രിയമുള്ള റെസ്റ്റോറന്റാണെന്ന് മാഷയ്ക്കോർമയുണ്ട്. തന്നെക്കുറിച്ച് അവൾക്കു വിചാരമുണ്ട്. അവളുടെ ഓർമശക്തി തന്റേതു പോലെ ചിട്ടയോടെ അടുക്കി വെച്ചത്. ആൻദ്രേയ്ക്ക് മാഷയോടു തോന്നുന്ന വാത്സല്യം നികോളിനു മനസ്സിലാകുന്നുണ്ട്. കാരണം അയാൾക്കെന്നും മകൾ വേണമെന്നായിരുന്നു; ഫിലിപ്പ് ആൺകുട്ടിയായതുകൊണ്ട് അയാൾക്കെന്തോ അവനോട് പകയുള്ളതു പോലെ?

അവരെ കാറിൽ പ്രാഗയിലെത്തിക്കാൻ മാഷക്ക് വെറും പത്തു മിനിട്ടേ വേണ്ടി വന്നുള്ളൂ. കോട്ടുകൾ ക്ലോക്ക്റൂമിൽ വെക്കണം. അത് നിർബന്ധമായിരുന്നു തോളിലോ കൈത്തണ്ടയിലോ കോട്ടും തൂക്കി റെസ്റ്റോറന്റിനകത്തു കയറുന്നതിന് വിലക്കുണ്ടായിരുന്നു. കരിങ്കല്ലു പാകിയ ഊൺതളം. ഒരു ഭാഗത്തെ ചുവരു മുഴുവനുമായി പരന്നു കിടക്കുന്ന വലിയ കടും നീല വർണചിത്രം പനകളും പച്ചപ്പും.

“വോഡ്ക എത്ര വേണം? എനിക്കു വേണ്ട, കാരണം ഡ്രൈവു ചെയ്യേണ്ടത് ഞാനാണല്ലോ.”

“എന്തായാലും ഒരു മുന്നൂറു ഓർഡർ ചെയ്തേക്കു.” ആൻദ്രേ പറഞ്ഞു. എന്നിട്ട് നികോളിന്റെ നേരെ നോക്കി. “ഇവിടെ ഇതു നമ്മുടെ ആദ്യത്തെ സായാഹ്നമല്ലേ?”

“ശരി, അങ്ങനെയാവട്ടെ. ആദ്യത്തെ സായാഹ്നമായതുകൊണ്ട് മാത്രം.” നികോൾ പുഞ്ചിരിയോടെ പ്രതികരിച്ചു. പുകവലിയിലെന്ന പോലെത്തന്നെ മദ്യപാനത്തിലും ആൻദ്രേ അല്പം അതിരു കടക്കാറുണ്ട്. പുകവലിയുടെ കാര്യത്തിൽ ചെറുത്തുനില്പ് നികോൾ വേണ്ടെന്നു വെച്ചിരിക്കുന്നു; പക്ഷേ മദ്യപാനം അല്പമൊന്ന് നിയന്ത്രിക്കാൻ കഴിയുന്നുണ്ട്. ചെറുചിരിയോടെ അവൾ തുടർന്നു:

“ഇന്ന് ആദ്യത്തെ ദിവസമായതിനാൽ ഞാനെന്റെ ഡയറ്റിംഗിന്റെ കാര്യവും മറന്നേക്കാം.”

“എനിക്ക് കവിയാറും കോഴി ചിക്കിയതും.”

“അയ്യോ, നിങ്ങൾ ഡയറ്റിംഗിലാണോ?”

"അതെ, കഴിഞ്ഞ ആറു മാസമായി. വല്ലാതങ്ങ് തടിച്ചു പോവുകയായിരുന്നു."

ഒരു വേള റിട്ടയറായശേഷം കൂടുതൽ ഭക്ഷണം കഴിക്കുന്നതാവാം, അതല്ലെങ്കിൽ വ്യായാമമൊന്നും ചെയ്യാത്തതു കൊണ്ടാവാം. ഒരു ദിവസം ഫിലിപ്പാണ് പറഞ്ഞത് "ആഹാ, നിങ്ങളങ്ങു തടിച്ചു പോയല്ലോ?" (പക്ഷേ അതിനു ശേഷം, താൻ മെലിഞ്ഞുപോയത് അവന്റെ ശ്രദ്ധയിൽ പെട്ടതേയില്ല). സംഗതികൾ കൂടുതൽ വഷളാക്കിയത് മറ്റൊന്നാണ്. ആ വർഷം പാരീസുവാസികൾക്കൊക്കെ ചർച്ച ചെയ്യാൻ ഒരൊറ്റ വിഷയമേ ഉണ്ടായിരുന്നുള്ളൂ: എങ്ങനെ മെലിയാം അഥവാ മെലിഞ്ഞ ദേഹപ്രകൃതി അതേപടി നിലനിർത്തുന്നതെങ്ങനെ എന്ന്. കലോറി കുറഞ്ഞ വിഭവങ്ങൾ, കാർബോഹൈഡ്രേറ്റ് വളരെ കുറച്ച്, അദ്ഭുതം പ്രവർത്തിക്കുന്ന മരുന്നുകൾ...

"നിങ്ങൾക്ക് ഒരു തരക്കേടുമില്ല, നന്നായിരിക്കുന്നുണ്ടല്ലോ" മാഷ പറഞ്ഞു.

"അഞ്ചു കിലോ കഷ്ടപ്പെട്ട് കുറയ്ക്കാനായി. ഇനിയതു വീണ്ടും ദേഹത്ത് തിരിച്ചുകേറരുതല്ലോ. ആ ശ്രമത്തിലാണിപ്പോൾ. ദിവസവും ഞാനെന്റെ തൂക്കം നോക്കും."

ഏതാനും വർഷങ്ങൾക്കു മുമ്പുവരെ എന്നെങ്കിലും തന്റെ ശരീരഭാരത്തെപ്പറ്റി വേവലാതിപ്പെടേണ്ടിവരുമെന്ന് അവൾ ചിന്തിച്ചിട്ടുപോലുമില്ലായിരുന്നു. ഇതാ ഇപ്പോൾ ആ ഘട്ടവുമെത്തിയിരിക്കുന്നു. സ്വശരീരവുമായി താദാത്മ്യം പ്രാപിക്കാനാകാത്തതുകൊണ്ട് അതിനെ കൂടുതൽ ശ്രദ്ധിക്കേണ്ടിവന്നിരിക്കുന്നു. ശരീരത്തിന്റെ ചുമതല തനിക്കാണ്, അതിനെ വേവലാതി കലർന്ന ശ്രദ്ധയോടെ ശുശ്രൂഷിക്കുകയും ചെയ്യുന്നുണ്ട്. സൗന്ദര്യവും ആകർഷണീയതയും നഷ്ടപ്പെട്ട, തന്റെ സഹായം ആവശ്യമായ, പഴയൊരു സുഹൃത്തിനെ പരിചരിക്കുമ്പോലെ.

"ആട്ടെ, ഫിലിപ്പ് അങ്ങനെ കല്യാണം കഴിക്കാൻ തീരുമാനിച്ചു, അല്ലേ, ഭാവിവധു എങ്ങനെ?"

"ഐറീൻ സുന്ദരിയാണ്, ബുദ്ധിമതിയും" ആൻഡ്രേ പറഞ്ഞു.

"എനിക്കെന്തോ അവളെ തീരെ ഇഷ്ടപ്പെട്ടില്ല." നിക്കോൾ പറഞ്ഞു.

മാഷ ചിരിക്കാൻ തുടങ്ങി. "ഉള്ളിൽ തട്ടിയാണ് നിങ്ങളതു പറഞ്ഞത്. മരുമകളോട് ഇഷ്ടം തോന്നിയിട്ടുള്ള ഒരൊറ്റ അമ്മായിയമ്മയും എന്റെ പരിചയത്തിലില്ല."

"അവളൊരു സൂപ്പർ വുമൺ ടൈപ്പാണ്. പാരീസിൽ അത്തരക്കാരികൾ ഒരു പാടുണ്ട്. ഉദ്യോഗസ്ഥകളാണ്, മോടിയായി വസ്ത്രധാരണം ചെയ്യുന്നുണ്ടെന്ന നാട്യം. സ്പോർട്സിലും താത്പര്യമുണ്ട്, വീടും നന്നായി ഭരിക്കും, കുട്ടികളെ വേണ്ടവണ്ണം നോക്കി വളർത്തും എന്നൊക്കെ അവകാശപ്പെടുന്നവർ. ഏതു നിലയ്ക്കും വിജയം തങ്ങളുടേതു തന്നെയെന്ന്

സ്ഥാപിച്ചെടുക്കണം. സത്യത്തിൽ എല്ലാം വെറും പുറംപൂച്ചു മാത്രമാണ്, ഒന്നിലും അവർക്കു വിജയിക്കാനാകുന്നില്ല. അത്തരം ചെറുപ്പക്കാരികളെ കാണുമ്പോൾ എനിക്കു ചൊറിഞ്ഞുവരും."

"ഇതല്പം അന്യായമാണ്" ആൻഡ്രേ പറഞ്ഞു.

"ആയിരിക്കാം" നിക്കോൾ മറുപടിയും നൽകി.

അവൾ വീണ്ടും ആലോചനയിൽ മുഴുകി. എന്തേ ഐറീൻ? ഞാൻ കരുതിയത് അവൻ കല്യാണം കഴിക്കുമ്പോ... അതോ അവൻ വിവാഹമേ കഴിക്കില്ലെന്നു ഞാൻ കരുതിയോ? എന്നെന്നേക്കും എന്റെ മകനായി, കൊച്ചു പയ്യനായി... എല്ലാ കൊച്ചു കുട്ടികളേയും പോലെ വലുതായാൽ ഞാൻ നിങ്ങളെ കല്യാണം കഴിക്കും എന്നു എന്നോടു പറഞ്ഞ കൊച്ചനായി... ഒരു വൈകുന്നേരം പൊടുന്നനെയാണ്, അത്യന്തം ഉത്സാഹഭരിതനായി അവൻ പറഞ്ഞത് "നിങ്ങൾക്കൊരു ഉഗ്രൻ വാർത്തയുണ്ട്" എന്ന മുഖവുരയോടെ. ഒഴിവുദിനത്തിൽ അമിതമായി ആർത്തുല്ലസിച്ചു ബഹളം വെച്ച് ഉത്തേജിതനായ ഒരു ബാലന്റെ ഭാവം. നിക്കോളിന് അപ്പഴേ എന്തോ മനസ്സിനൊരു ഭാരം അനുഭവപ്പെട്ടു, കവിളുകൾ ചൂടെടുത്തു, പിരിമുറുക്കം, ചുണ്ടുകൾ വിറ കൊള്ളാതിരിക്കാൻ, അവൾ പാടുപെട്ടു മുഖപേശികളെ നിയന്ത്രിച്ചു. പിന്നീട് ഫെബ്രുവരിയിലെ ഒരു സായാഹ്നം. തുറന്നിട്ട കർട്ടനുകളിലൂടെ ഊർന്നിറങ്ങുന്ന സൂര്യവെളിച്ചം കുഷനിലെ മഴവിൽനിറങ്ങളുമായി വിളയാടുന്ന ഒരു സായാഹ്നം. താമസിയാതെ അവൻ ഇവിടന്നു താമസം മാറ്റുമെന്ന ചിന്ത അവളെ ആഴക്കടലിലാഴ്ത്തി. മറ്റൊരു സ്ത്രീയോടൊപ്പം വേറെ എവിടേയോ ആയിരിക്കും അവൻ പാർക്കുക. ശരിയാണ് അത് ഞാനംഗീകരിച്ചേ മതിയാവൂ. അവൾ തന്നോടുതന്നെ പറഞ്ഞു.

ഐസിട്ട വോഡ്കാ, വെൽവെറ്റു പോലെ പതുപതുപ്പുള്ള ചാരനിറമുള്ള കവിയാർ. അവൾക്ക് മാഷയെ ഇഷ്ടമായിരുന്നു, പിന്നെ ഈ ഒരു മാസത്തേക്ക് ആൻഡ്രേ തന്റേതുമാത്രം. ഇതില്പരം എന്തുവേണം സന്തോഷിക്കാൻ?

രണ്ടു കട്ടിലുകൾക്കിടയിലെ ചാരുകസേരയിൽ ആൻഡ്രേ; ഒരു വശത്ത് മാഷ, മറുവശത്ത് നിക്കോൾ. അയാൾക്കും അതിയായ സന്തോഷം അനുഭവപ്പെട്ടു. (1963ൽ വാസിലിയേയും കൂടെക്കൂട്ടി യൂറി പുരാവസ്തു ഗവേഷണത്തിനു പോയിരുന്നു. മാഷയുടെ ഫ്ളാറ്റ് ഒഴിഞ്ഞു കിടപ്പായിരുന്നു. ഇത്തവണ മാഷയുമായി സ്വല്പസമയം തനിച്ചു ചെലവഴിക്കണമെങ്കിൽ ഹോട്ടൽ മുറിയല്ലാതെ വേറെ മാർഗമില്ലായിരുന്നു).

"എന്റെ കാര്യങ്ങളൊക്കെ ഞാൻ ഏർപ്പാടാക്കീട്ടുണ്ട്, ഈയൊരു മാസം എനിക്കും ഒഴിവ്." മാഷ പറഞ്ഞു. റഷ്യൻ ക്ലാസിക്കുകൾ ഫ്രഞ്ച് ഭാഷയിലേക്കു പരിഭാഷപ്പെടുത്തുന്നതിനു പുറമെ സമകാലീന ലേഖനങ്ങളടങ്ങിയ മാസിക അനേകം വിദേശരാജ്യങ്ങളിലേക്ക് അയയ്ക്കുന്ന

മോസ്കോയിലെ പബ്ലിഷിംഗ് സ്ഥാപനത്തിലായിരുന്നു അവൾക്കു ജോലി. പരിഭാഷക മാത്രമല്ല, വായിച്ചുനോക്കി, അഭിപ്രായങ്ങളും പരാമർശങ്ങളും നൽകുകയും ചെയ്യണം.

"അടുത്തയാഴ്ച നമുക്ക് വ്ളാഡിമിറിലേക്കു പോകാം. കാറിലാണെങ്കിൽ മൂന്നു മണിക്കൂർ മതി."

പോകേണ്ട സ്ഥലങ്ങളെക്കുറിച്ച് അവൾ നികോളുമായി സംസാരിച്ചു: നോവ്ഗാഡ്, പെസ്കോഫ്, റെസ്റ്റോവ്, ലെനിൻഗ്രാഡ്. നികോളിന് യാത്ര ചെയ്തുകൊണ്ടേയിരിക്കണം, നല്ലതുതന്നെ. അയാളെ സന്തോഷിപ്പിക്കാനാണ് അവൾ റഷ്യയിലേക്കു വന്നത്; അതുകൊണ്ടുതന്നെ ഈ യാത്ര അവൾക്ക് ആനന്ദകരമായിരിക്കണമെന്ന് അയാൾക്കു നിർബന്ധമുണ്ട്. നികോളിനേയും മാഷയേയും നോക്കിയിരിക്കേ മനസ്സിൽ ഊഷ്മള പ്രകാശം. മാഷയ്ക്ക് രണ്ടാനമ്മ നികോളുമായാണ് കൂടുതൽ സാമ്യത, പെറ്റമ്മ ക്ലെയറുമായിട്ടല്ല. ക്ലെയർ സുന്ദരിയായിരുന്നു, പക്ഷേ തലയ്ക്കകത്ത് ഒന്നുമില്ലായിരുന്നു. ഭാഗ്യവശാൽ കുഞ്ഞിന് നിയമസാധുത ലഭിച്ചതോടെ ബന്ധം വേർപെടുത്താൻ അയാളോളം തന്നെ ഉത്സുകത ക്ലെയറിനും ഉണ്ടായിരുന്നു.

മാഷയും നികോളും എത്ര അടുത്തിണങ്ങി പെരുമാറുന്നു. അയാൾ ഈ ലോകത്തിൽ ഏറ്റവുമധികം സ്നേഹിക്കുന്ന രണ്ടു പേർ. (ഫിലിപ്പിന്റെ കാര്യം? അവനെ സംബന്ധിച്ചേടത്തോളം ഒരല്പം അസൂയ അയാൾക്കു മറികടക്കാനാകുന്നതേയില്ല. പലപ്പോഴും നികോളിനും മകനുമിടയിൽ താനൊരു വെറും മൂന്നാമനാണെന്ന തോന്നൽ അയാൾക്കുണ്ടാവാറുണ്ട്.) മാഷയെക്കാളും നികോളാണ് അയാൾക്കു പ്രധാനം. എന്നാലും മാഷയില്ലായിരുന്നെങ്കിൽ പലതും അനുഭവങ്ങളും അനുഭൂതികളും പുനരാവർത്തിക്കാനാവുമായിരുന്നില്ല; അവൾക്കു ചുറ്റും ഒരു തരം കാല്പനിക വിസ്മയം.

ഒരു ദിവസം നികോൾ പറഞ്ഞു രതിസുഖം ആസ്വദിക്കാനുള്ള പ്രായം അവൾ കടന്നു കഴിഞ്ഞെന്ന്. (അതൊക്കെ വെറും അസംബന്ധം. അയാളിന്നും അവളെ പണ്ടത്തെപ്പോലെ പൂർണമായും പ്രണയിക്കുന്നുണ്ട്). പുതിയ പ്രണയബന്ധങ്ങൾ സ്ഥാപിച്ചെടുക്കുന്നതിന് തടസ്സങ്ങളൊന്നും ഉണ്ടായിരുന്നില്ല. അതെന്തായാലും അവളയാൾക്ക് ഇക്കാര്യത്തിൽ പൂർണസ്വാതന്ത്ര്യം കൊടുത്തിരിക്കുന്നു. നേരു പറഞ്ഞാൽ അവൾക്ക് ഇടയ്ക്കൊക്കെ അസൂയ തോന്നാറില്ലെന്നല്ല, പക്ഷേ ഒരുമിച്ചുള്ള ജീവിതം ഇനിയവർക്ക് എത്ര കാലത്തേക്ക്, അത് വഴക്കടിച്ചു പാഴാക്കാനുള്ളതല്ലല്ലോ. വ്യായാമവും ആഹാരാദികളിൽ കടുത്ത നിഷ്ഠയുമൊക്കെയായി ശാരീരികമായി ആരോഗ്യവാനെങ്കിലും അയാൾക്ക് സ്വന്തം ശരീരത്തോട് അനിഷ്ടം തോന്നിത്തുടങ്ങിയിരിക്കുന്നു. ഒരു സ്ത്രീക്ക് കാഴ്ച വെയ്ക്കാൻ മാത്രം ഒന്നുമില്ലെന്ന തോന്നൽ. രതിയില്ലാത്ത ജീവിതം അയാളെ വേവലാതിപ്പെടുത്തുന്നേയില്ല. (ഈ താത്പര്യക്കുറവ് പ്രായമാകുന്നതിന്റെ

സൂചനയാണ് എന്ന ചിന്ത ഉണ്ടാകുമ്പോൾ മാത്രമാണ് അല്പമൊരു വേവലാതി). ഒക്കെ കഴിഞ്ഞു ഇനി ജീവിതത്തിൽ പ്രതീക്ഷിക്കാനെന്തുണ്ട് എന്ന ചിന്തയും സുഖപ്രദമല്ല. അങ്ങനെയിരിക്കെയാണ് മാഷയുടെ സാന്നിധ്യവും കൂട്ടായ്മയും.

"അല്ലാ, ഞങ്ങൾ നിന്നേയും കൊണ്ടങ്ങ് പോയാൽ നിന്റെ ഭർത്താവ് പിണങ്ങിയാലോ?" അയാൾ ചോദിച്ചു.

"ഓ? യൂറിക്ക് ദേഷ്യം വരാറേയില്ല." മാഷ പ്രസന്നതയോടെയാണ് പറഞ്ഞത്. പ്രാഗയിലെ സംസാരം വെച്ച് നോക്കിയാൽ യൂറിയോട് മാഷയ്ക്ക് പ്രണയത്തേക്കാളേറെ ചങ്ങാത്തമാണെന്നു തോന്നും. അതെന്തൊക്കെയായാലും അവൾക്കു ചേർന്നവനാണ് യൂറി എന്നത് പരമഭാഗ്യം തന്നെ. പെട്ടെന്നൊരു ദിവസം എടുത്തുചാടി കല്യാണം കഴിച്ചതാണ് യൂറിയെ. കാരണം മാഷയ്ക്ക് റഷ്യയിൽത്തന്നെ താമസിക്കണമെന്നുണ്ടായിരുന്നു, അമ്മയും രണ്ടാനച്ഛനും ഇടപഴകിയിരുന്ന സുഹൃദ് വൃത്തങ്ങളും അതിനപ്പുറം അവരുടെ മുതലാളിത്തലോകവും പൊതുവേ അവൾക്കു മടുത്തു തുടങ്ങിയിരുന്നു. ഇപ്പോൾ ഇതാണ്, റഷ്യയാണ് അവളുടെ നാട്; അതുകൊണ്ടു കൂടിയാണ് ആൻഡ്രേയുടെ കണ്ണുകളിൽ അവൾ ബഹുമാന്യത നേടിയത്.

"ഈ വർഷം കലാസാംസ്കാരിക രംഗമൊക്കെ എങ്ങനെ?"

"ഓ പഴയപടി തന്നെ ഞെങ്ങിഞെരുങ്ങിപ്പോകുന്നു."

അടിസ്ഥാനരഹിതമായ വിശ്വാസങ്ങൾക്കും കേവലസൈദ്ധാന്തികതയ്ക്കും സ്റ്റാലിനിസത്തിന്റെ അവശേഷിപ്പുകൾക്കുമെതിരായി പോരാടുന്ന ഒരു ലിബറൽ കാമ്പിലാണ് താനെന്ന് അവൾ അവകാശപ്പെടുന്നു.

"എന്നിട്ടോ, ജയിക്കാനാകുന്നുണ്ടോ?"

"ചിലപ്പോഴൊക്കെ. ചില പണ്ഡിതന്മാർ വൈരുദ്ധ്യവാദത്തെ തകിടംമറിക്കാനുള്ള പുറപ്പാടിലാണെന്നു കേട്ടു. അതൊരു വമ്പൻ വിജയമായിരിക്കും."

"പൊരുതാനൊരു കാരണമുണ്ടാകുന്നത് നല്ലതാണ്." അയാൾ പറഞ്ഞു.

"നീയും പലതിനും വേണ്ടി പൊരുതുന്നുണ്ടല്ലോ" നികോളിന്റെ സ്വരത്തിന് മൂർച്ച.

"ഇല്ലില്ല. ആൾജീറിയൻ യുദ്ധത്തിനുശേഷം ഞാൻ ഒന്നിലുമില്ല. ഉവ്വ് ചിലരെയൊക്കെ സഹായിക്കാൻ ശ്രമിക്കാറുണ്ട്, അത്രയേയുള്ളൂ. പക്ഷേ, അതുകൊണ്ട് ഒരു പ്രയോജനവും ഇല്ലാതാനും."

1962 മുതൽ അയാൾക്ക് ലോകത്തിലെ പിടിപാടുതന്നെ നഷ്ടമായതുപോലെ. അതുകൊണ്ടാവാം ഇത്രമാത്രം അസ്വസ്ഥത. അതായത് ഒന്നിലും നിരതനല്ല എന്നതുകൊണ്ട്. നിസ്സഹായത, തന്റേതു മാത്രമല്ല,

ഫ്രഞ്ചുവാമപക്ഷത്തിന്റെ ഒന്നടങ്കം നിസ്സഹായത, പലപ്പോഴും അയാളെ ഏറെ വിഷണ്ണനാക്കി. രാവിലെ ഉണർന്നാലും എഴുന്നേൽക്കാതെ മൂടിപ്പുതച്ച് കിടക്കയിൽത്തന്നെ ചുരുണ്ടുകൂടും, പ്രധാനപ്പെട്ട ഒരു കൂടിക്കാഴ്ചയെക്കുറിച്ച് ഓർമ വരുന്ന ക്ഷണത്തിൽ മാത്രമേ കിടക്കവിട്ട് ചാടിയെണീക്കൂ.

"ഒരു പ്രയോജനവുമില്ലെങ്കിൽ പിന്നെ എന്തിനതു ചെയ്യണം?" മാഷ അഭിപ്രായപ്പെട്ടു

"അതിനൊന്നും കാരണം കണ്ടെത്താനാകുന്നില്ല."

"നിങ്ങൾക്ക് സ്വന്തം പണി ചെയ്യാമല്ലോ, മൂന്നു കൊല്ലം മുമ്പ് പറഞ്ഞ ആ ലേഖനങ്ങൾ..."

"ഇല്ല, ഞാനതൊന്നും എഴുതിയില്ല. നികോൾ പറയും ഞാനെന്തൊരു കുഴിമടിയനാണെന്ന്."

"ഒരിക്കലുമില്ല. നീ സ്വന്തം ഇഷ്ടപ്രകാരം ജിവിക്കുന്നു, പിന്നെന്തിന് നിർബന്ധിക്കണം?" നികോൾ പ്രതികരിച്ചു.

അതാണോ നികോൾ കരുതുന്നുത്? ശരിയാണ് പഴയ മാതിരി അവൾ തന്നെ നിർബന്ധിക്കാറില്ല, ചിലപ്പോൾ ഇനി വയ്യെന്നു കരുതിയിട്ടാവാം. ഭർത്താവിനോട് കെറുവിച്ചില്ലായിരുന്നെങ്കിൽ അവൾ സ്വന്തം മകന്റെ തിസീസിന് കൂടുതൽ പ്രാധാന്യം നൽകുമായിരുന്നില്ല. അതു മോശമായി.

"എന്തൊക്കെയായാലും എഴുതാതിരുന്നത് കഷ്ടമായിപ്പോയി." മാഷ പറഞ്ഞു.

അയാളുടെ തലയ്ക്കകത്ത് ആ വാക്കുകൾ പ്രതിധ്വനിച്ചു അതു കഷ്ടമായിപ്പോയി. നികോളിന്റെ ഖേദങ്ങളുമായി അയാൾ പൊരുത്തപ്പെട്ടുപോയിരുന്നു, എന്നിരുന്നാലും റിട്ടയർ ചെയ്തശേഷം നിഷ്ക്രിയനായിപ്പോയ കിഴവൻ എന്നതിൽ കവിഞ്ഞൊരു പ്രതിച്ഛായ കാഴ്ച വെയ്ക്കണമെന്ന് അയാൾക്കുണ്ടായിരുന്നു. ചില സമകാലീനസംഭവങ്ങളെക്കുറിച്ച്, വിഷയങ്ങളെക്കുറിച്ച് അയാൾ ചിലതൊക്കെ മനസ്സിൽ സ്വരൂപിച്ചിരുന്നു. നികോളിനും അവയിൽ ഏറെ താത്പര്യം തോന്നിയിരുന്നു. പല തവണ അയാൾ നിശ്ചയിച്ചുറപ്പിച്ചതാണ്, അവയെപ്പറ്റി കൂടുതൽ ആഴത്തിൽ വിചിന്തനം ചെയ്യുമെന്ന്. പക്ഷേ വർത്തമാനകാലം അയാളെ ആകപ്പാടെ വിഴുങ്ങിയ മട്ടാണ്, സമകാലീന ലോകത്തെക്കുറിച്ച് മുഴുവനുമങ്ങ് മനസ്സിലാക്കാതെ ഭൂതകാലത്തിലേക്ക് തിരിഞ്ഞുനോക്കാൻ അയാൾ ഇഷ്ടപ്പെട്ടില്ല. വർത്തമാനത്തിന് ഒപ്പത്തിനൊപ്പമെത്താൻ എന്തുമാത്രം സമയം ചെലവിടേണ്ടതുണ്ട്. എന്നിട്ടും അയാൾക്ക് വിശ്വാസമുണ്ടായിരുന്നു ഒരു ദിവസം വന്നെത്തും, തന്റെ അന്വേഷണങ്ങൾ പൂർത്തീകരിക്കപ്പെടും; പണ്ടെന്നോ ഉത്സാഹപൂർവം മനസ്സിൽ കുറിച്ചിട്ട്, പിന്നീട് ഉപേക്ഷിച്ച പദ്ധതികളുടെ രേഖാരൂപം വീണ്ടെടുത്ത്, അന്വേഷണം പൂർത്തീകരിക്കാനാവും. പക്ഷേ ആ ദിവസം

വന്നെത്തിയില്ല. ഇന്നയാൾക്ക് അതു മനസ്സിലാവുന്നുണ്ട്. ആ പ്രവൃത്തി, അതൊരു മഹായജ്ഞമായിരുന്നു. വർഷങ്ങൾ പോകെപ്പോകെ കൂടുതൽ കൂടുതൽ അറിവു നേടിയെങ്കിലും അതോടൊപ്പം അജ്ഞതയും അത്രത്തോളംതന്നെ പെരുകി. അവ്യക്തത, വിഷമങ്ങൾ, വൈരുധ്യങ്ങൾ, എല്ലാം ശതഗുണീഭവിക്കുമ്പോലെ. 1950ൽ അനുഭവപ്പെട്ടതിനേക്കാൾ ദുരൂഹമാണ് ചൈന എന്ന് പിന്നീടു തോന്നി. സോവിയറ്റ് റഷ്യയുടെ വിദേശനയം അയാളെ വല്ലാതെ അസ്വസ്ഥനാക്കി.

"ഇനിയും വൈകിയിട്ടൊന്നുമില്ല." അയാളെ വിഷമിപ്പിക്കാതിരിക്കാനെന്നോണം അനുനയസ്വരത്തിൽ മാഷ പറഞ്ഞു.

"ഇല്ലില്ല, വൈകിയിട്ടില്ല." അയാളും പ്രസന്നതയോടെ പ്രതികരിച്ചു. പക്ഷേ വൈകിപ്പോയിരിക്കുന്നു, അയാൾക്ക് സ്വയം മാറാനാവില്ല. ഫിലിപ്പിനെപ്പോലെ സ്വയം നിയന്ത്രിക്കാനായിരുന്നുവെങ്കിൽ എല്ലാം സാധ്യമാകുമായിരുന്നു. സമകാലീന വിവരങ്ങൾ ശേഖരിച്ച് വിശേഷപ്പെട്ട ചരിത്രപ്രശ്നത്തിന്റെ ആഴങ്ങളിലേക്ക് ഇറങ്ങിച്ചെല്ലാനാകുമായിരുന്നു. പക്ഷേ നിയന്ത്രണങ്ങൾ, തടസ്സങ്ങൾ ഇതൊക്കെ അയാളെ അസ്വസ്ഥനാക്കി, ഒരുവേള ചെറുപ്പത്തിൽ ഒരുപാടു നിയന്ത്രണങ്ങൾക്കു വിധേയനാകേണ്ടി വന്നതുകൊണ്ടാവാം. സ്കൂളിലേക്കു പോകാതെ മുങ്ങിനടക്കാനും സാഹസിക പ്രവർത്തികളിൽ ഏർപ്പെടാനും അയാൾക്കു പ്രത്യേക കമ്പമായിരുന്നു രണ്ടിനും ഫലം കടുത്ത ശിക്ഷയും. അതുകൊണ്ടു തന്നെയാവാം അത്തരം പ്രവർത്തികൾ അങ്ങേയറ്റം ആസ്വാദ്യകരമായി തോന്നിയതും.

ഇന്നും അലസതയെ തെറ്റായിക്കണ്ട് സ്വയം ഗുണദോഷിക്കാൻ അയാൾ ശ്രമിച്ചതേയില്ല; ബാഹ്യലോകവുമായി എന്തിനും ഏതിനും എപ്പോഴും സ്വതന്ത്രമായി ബന്ധപ്പെടാൻ, തനിക്കു സമയമുണ്ടായിരിക്കേണമെന്നുമുള്ള ഒരു തരം വാശിയായിരുന്നു അത്. പക്ഷേ പൊടുന്നനെ, മാഷയുടെ കാഴ്ചപ്പാടിലൂടെ അതു തികച്ചും വ്യത്യസ്തമായ തരത്തിലാണ് കാണപ്പെടുന്നത്: തേച്ചുമായ്ച്ചു കളയാനാവാത്ത ഒരു അസാധാരണത്വം, ഒരു സ്വഭാവവിശേഷം, ഒരു അപാകത. താനതിനു സ്വയം വഴങ്ങിക്കൊടുത്തപോലെ, സ്വയം തന്നിൽ നിന്നു പൊട്ടിമുളച്ചപോലെ. ഇന്നിപ്പോൾ എത്രകണ്ടു ശ്രമിച്ചാലും അതിൽ നിന്നു മോചനമില്ല.

"മാഷയ്ക്ക് നിന്നോടെന്തു സ്നേഹമാണ്, ഹൃദയസ്പർശിയായിരിക്കുന്നു." അവരിരുവരും വീണ്ടും തനിച്ചായപ്പോൾ നികോൾ അയാളോടു പറഞ്ഞു.

"എന്താണോവോ, എനിക്കും അദ്ഭുതം തോന്നുന്നു. യൂറി അവൾക്കൊരു കൂട്ടുകാരനെപ്പോലെയാണ്. അവൾക്ക് ഒരച്ഛന്റെ സ്നേഹം വേണമായിരിക്കും. 1960ൽ പാരീസിൽ വന്നപ്പോൾ മുതൽ അവളെന്നെ സ്നേഹിക്കാൻ തീർച്ചയാക്കിയ പോലുണ്ട്."

"അങ്ങനെയങ്ങ് വിനയം കാണിക്കേണ്ട. പ്രണയിക്കണം എന്നു

ആലോചിച്ചുറപ്പിച്ചിട്ടല്ലല്ലോ ഞാനും നിന്നെ പ്രണയിക്കാൻ തുടങ്ങിയത്." പൊട്ടിച്ചിരിച്ചുകൊണ്ട് നികോൾ പറഞ്ഞു.

"എനിക്കന്നെത്ര ചെറുപ്പമായിരുന്നു."

"ഇപ്പോഴും നിനക്കു മാറ്റമൊന്നുമില്ല."

അയാൾ ഒന്നും പറഞ്ഞില്ല. നികോൾ സ്വന്തം പ്രായത്തെപ്പറ്റി വിചാരപ്പെടുന്നതേയില്ല. അയാളും സ്വന്തം പ്രായത്തെപ്പറ്റി ചർച്ച ചെയ്യാറില്ല, പക്ഷേ പലപ്പോഴും അതേപ്പറ്റി ആലോചിക്കാറുണ്ട്, വല്ലാതെ ഭയപ്പെടാറുമുണ്ട്. വളരെ കാലത്തേക്ക്, ഒരുതരം ആത്മവഞ്ചനയാണെന്നു തന്നെ കൂട്ടിക്കോളൂ, തനിക്ക് പ്രായമായി വരികയാണെന്ന് അംഗീകരിക്കാൻ തന്നെ അയാൾ കൂട്ടാക്കിയതേയില്ല. അധ്യാപകനും പിതാവുമായ വൃദ്ധൻ ഇതൊന്നും താനല്ലെന്ന മട്ടായിരുന്നു. ഇപ്പോഴിതാ ജീവിതവൃത്തം അയാൾക്കു ചുറ്റും ചുരുങ്ങിച്ചുരുങ്ങി വരികയാണ്; ഭൂതവും ഭാവിയും യാതൊരുവിധ ഒഴികഴിവുകളും നൽകില്ല. കാര്യമായി ഒന്നും ചെയ്തിട്ടില്ലാത്ത, റിട്ടയർ ചെയ്ത അറുപതു വയസ്സുകാരൻ. അതാണ് അയാളിന്ന്. അതെങ്കിലുമാണല്ലോ. തുടക്കത്തിൽ തോന്നിയിരുന്ന ഖേദങ്ങളൊക്കെ അസ്തമിച്ചിരിക്കുന്നു. സോർബോണിലെ ലക്ചററായിരുന്നെങ്കിൽ, പേരുകേട്ട ചരിത്രകാരനായിരുന്നെങ്കിൽ വിധിവശാൽ ആ ബൗദ്ധിക ഭാരവും അയാൾ ചുമക്കേണ്ടിയിരുന്നേനേ, ആ ഭാരം അത്ര നിസ്സാരവുമായിരിക്കില്ല. സ്പഷ്ടമായി നിർവചിക്കപ്പെട്ടിരിക്കുന്ന താൻ സ്ഥഗിതനാണ്, സരൂപിയാണ് ആ വസ്തുതയാണ് അയാളെ ഭയപ്പെടുത്തുന്നത്; താത്കാലിക ക്ഷണങ്ങൾ ഇഴുകിച്ചേർന്ന് തനിക്കു ചുറ്റും ഒരു കെണി സൃഷ്ടിച്ച് തന്നെ അതിൽ കുടുക്കിയിരിക്കുന്നു. നികോളിനെ ചുംബിച്ച് അയാൾ കിടക്കയിലേക്കു കയറി. മറ്റൊന്നുമില്ലെങ്കിലും സ്വപ്നം കാണാമല്ലോ.

തലയിണയിൽ കവിളമർത്തി അയാൾ കിടന്നു. ഉറക്കത്തിലേക്ക് വഴുതി വീഴുന്ന അനുഭൂതി അയാൾക്കിഷ്ടമായിരുന്നു. പുസ്തകങ്ങളിലും സിനിമകളിലും കാണുന്നതിനേക്കാളേറെ വേഗത്തിൽ പ്രകൃതിദൃശ്യങ്ങൾ അയാളുടെ സ്വപ്നങ്ങളിൽ മാറിമറിഞ്ഞു. അവ അയാളെ ആഹ്ലാദചിത്തനാക്കി. ചില പേടിസ്വപ്നങ്ങളൊഴിച്ച് - തന്റെ സകല പല്ലുകളും വായിനകത്ത് തന്നെ കൊഴിഞ്ഞുവീഴുന്ന തരം പേടിസ്വപ്നങ്ങൾ. സ്വപ്നങ്ങളിൽ അയാൾക്ക് പ്രത്യകിച്ചൊരു പ്രായമോ നിശ്ചിതവയസ്സോ ഉണ്ടായിരുന്നില്ല. സ്വപ്നങ്ങളിൽ സമയത്തിന്റെ കെട്ടുപാടുകളിൽ നിന്ന് അയാൾ മുക്തനായിരുന്നു. സ്വന്തം ചരിത്രത്തിൽ ഊന്നിനിന്നുകൊണ്ടുള്ള സ്വപ്നങ്ങളായിരുന്നു അയാളുടേത്, പ്രത്യേകിച്ച് ഭൂതകാലത്തിലേക്ക് പടർന്നു പന്തലിക്കുന്നവ. അയാൾക്കു മനസ്സിലാക്കാനാവാത്ത വിധം നിഗൂഢങ്ങളായിരുന്ന അവയൊന്നും തന്നെ ഭാവിയെ സ്പർശിച്ചതുപോലുമില്ല. കലർപ്പില്ലാത്ത വർത്തമാനകാലം മാത്രം. ആ സ്വപ്നങ്ങളൊക്കെ എളുപ്പം മറക്കാവുന്നതേയുള്ളൂ. ഒരൊറ്റ രാത്രിയുടെ ഇടവേളയിൽ

തരിമ്പും ശേഷിക്കാതെ തേഞ്ഞുമാഞ്ഞു പോവുന്നവ. ഓരോ തവണയും അവയൊക്കെ പുതുതായി പൊട്ടി മുളച്ചു. അനന്തമായ പുതുമ.

"വിദേശീയർക്ക് എന്തുകൊണ്ട് കാറിൽ വ്ളാഡിമിറിലേക്കു പോകാൻ അനുവാദമില്ല? അതെന്തുകൊണ്ടാണെന്ന് എനിക്കറിയണം." ആൻദ്രേ ചൊടിച്ചു.

ട്രെയിൻ അതിവേഗത്തിൽ, സുഗമമായി പൊയ്ക്കൊണ്ടിരുന്നു. ആ കോച്ചിലെ സീറ്റുകളത്രയും മുന്നിലേക്കല്ല, പിന്നിലേക്കു തിരിച്ചാണ് ഘടിപ്പിച്ചിരുന്നത്. നിക്കോളിനാണെങ്കിൽ ഈ പിന്നോട്ടുള്ള പോക്ക് തലകറക്കമുണ്ടാക്കുന്നു, വയറു ശക്തിയായി പ്രതിഷേധിക്കുന്നു. (മറ്റൊരു കാലവുമുണ്ടായിരുന്നു കായികശക്തിയിലും ആരോഗ്യത്തിലും സഹനശക്തിയിലും അവൾ ആൺകുട്ടികളോടു ചെറുത്തു നിന്ന കാലം). സീറ്റിന്മേൽ കാലു മടക്കി വെച്ച് അവൾ ആൻദ്രേയ്ക്കും മാഷയ്ക്കും മുഖാമുഖമായി ഇരിക്കാൻ ശ്രമിച്ചു. ഇരിപ്പ് സുഖകരമാകുന്നില്ല.

"ഇതിൽ അറിയാൻ മാത്രം എന്തിരിക്കുന്നു? റോഡു നല്ലതാണ്. പിന്നെ കടന്നുപോകുന്ന ഗ്രാമങ്ങളൊക്കെ വികസനത്തിൽ മുന്നിട്ടു നിൽക്കുന്നവയുമാണ്. എന്നാലും വിദേശീയരോടുള്ള ആ പഴയ അവിശ്വാസത്തിന്റെ പശ്ചാത്തലത്തിൽ ഒരു ബ്യൂറോക്രാറ്റിക് അസംബന്ധം, അത്രതന്നെ."

ദയയും അവിശ്വാസവും വിചിത്രമായ മിശ്രിതം. നിക്കോൾ അഭിപ്രായപ്പെട്ടു. അതാണ് 1963ലും അവരെ ഏറെ വലച്ചത്. മൗസോളിയത്തിനു മുന്നിൽ, മ്യൂസിയത്തിനു മുന്നിൽ, റെസ്റ്റോറന്റിനു മുന്നിൽ എല്ലാം നീണ്ട ക്യൂ. മാഷ ഒന്നോ രണ്ടോ വാക്കു പറഞ്ഞാലുടൻ എല്ലാവരും വഴിമാറും. അവരെ പോകാനനുവദിക്കും. പക്ഷേ ക്രിമിയയിൽ എന്തെല്ലാം വിധത്തിലുള്ള വിലക്കുകളായിരുന്നു കിഴക്കൻ തീരവും സെബാസ്റ്റിപോളും വിദേശീയർക്ക് വിലക്കുള്ള സ്ഥലങ്ങളായിരുന്നു. യാൾട്ടയേയും സിംഫെറോപോളിനേയും ബന്ധിപ്പിക്കുന്ന പാതയുടെ അറ്റകുറ്റപ്പണികൾ നടന്നുകൊണ്ടിരിക്കയാണ്, അതുകൊണ്ടാണ് വിലക്ക് എന്നാണ് ടൂറിസ്റ്റു പുസ്തകം അവകാശപ്പെട്ടത്. പക്ഷേ ആരോ മാഷയോട് രഹസ്യമായി പറഞ്ഞുവത്രെ അവിടങ്ങളിൽ വിദേശീയർക്കു പ്രവേശനമില്ലെന്ന്.

"ക്ഷീണിച്ചോ?", ആൻദ്രേ, നിക്കോളിനോടു തിരക്കി.

"സാരമില്ല. ഒപ്പിക്കാം."

സത്യത്തിൽ അവൾ നന്നേ ക്ഷീണിച്ചുപോയിരുന്നു. പക്ഷേ ജനാലയിലൂടെ അതിവേഗം ഓടിമറയുന്ന നാട്ടിപുറകാഴ്ചകൾ കണ്ടുകൊണ്ടിരിക്കേ അവൾ ക്ഷീണം മറന്നു. വിശാലവും ശാന്തവും അനന്തവുമായ പ്രകൃതിക്ക് മൃദുവർണം ചാർത്തുന്ന സാന്ധ്യകിരണങ്ങൾ. അവരെത്തിയിട്ട് അത്യാഹ്ലാദകരമായ നാലു ദിവസങ്ങൾ പിന്നിട്ടിരിക്കുന്നു. മോസ്കോ നഗരി അല്പം മാറിയിട്ടുണ്ട്, വിരൂപയായതുപോലെ. (എന്തൊരു കഷ്ട

മാണെന്നു നോക്കണം. മാറ്റങ്ങളെപ്പോഴും മോശമാണ്, വ്യക്തികളെ സംബന്ധിച്ചായാലും സ്ഥലങ്ങളെ സംബന്ധിച്ചായാലും). 1960ൽ അവരുടെ ആദ്യസന്ദർശനവേളയിൽ നഗരത്തിന്റെ ചില ഭാഗങ്ങളിൽ പഴയ തരം പാതകൾ ഉണ്ടായിരുന്നു, ഇന്ന് അവയില്ല. വാഹനങ്ങൾക്ക് പ്രവേശനം നിഷേധിച്ചിരിക്കുന്ന റെഡ് സ്ക്വയറിന് വലിപ്പവും മഹത്ത്വവും വർധിച്ചപോലെ, ഏതാണ്ട് പുണ്യസ്ഥലമെന്ന മട്ട്. അന്ന് ആകാശത്തേക്ക് തലയുയർത്തി നിന്നിരുന്ന സെന്റ് ബാസിൽ പള്ളിക്കു തൊട്ടു പിന്നിലായി ചക്രവാളത്തെ മുഴുവനും മറയ്ക്കുന്ന ഒരു പടുകൂറ്റൻ ഹോട്ടലാണ് ഇന്ന്. എന്നാലും ക്രംലിനിലെ പള്ളികളും അവയിലെ ശില്പങ്ങളും മ്യൂസിയങ്ങളും നികോൾ ഏറെ സന്തോഷത്തോടെ നോക്കിക്കണ്ടു. ചാരുതയാർന്ന എത്രയെത്ര പഴയ വീടുകൾ. പ്രത്യേകിച്ച് സന്ധ്യനേരത്ത് പുറമെനിന്ന് ജനാലയിലൂടെ അകത്തേക്കു നോക്കുമ്പോഴുള്ള കാഴ്ച പഴയരീതിയിൽ ഞൊറിവെച്ച ഓറഞ്ച് അഥവാ പിങ്ക് നിറമുള്ള സിൽക് ലാംപ് ഷേഡ്, അതിലൂടെ അരിച്ചിറങ്ങുന്ന അരണ്ട പ്രകാശം.

"നമ്മളിതാ വ്ളാഡിമിറിലെത്തിയിരിക്കുന്നു" മാഷ പറഞ്ഞു.

സാമാനങ്ങളൊക്കെ ഹോട്ടലിൽ വെച്ച് അവരിറങ്ങി. ഹോട്ടലിലെ അത്താഴസമയം കഴിഞ്ഞിരിക്കുന്നു. പുറത്ത് പിക്നിക് നടത്താമെന്നായി മാഷ. ആകാശത്തിന്റെ തുടുപ്പ് മാറിയിട്ടില്ല, പൂർണചന്ദ്രൻ ഉദിച്ചുയർന്നിരിക്കുന്നു. കോട്ടമതിലുകളെ ചുറ്റിയുള്ള പാതയിലൂടെ അവർ നടന്നു. അവർക്കു താഴെ നദി, ട്രെയിൻ സ്റ്റേഷൻ, മിന്നിമറയുന്ന വിളക്കുകൾ. പെറ്റൂണിയയും ഫ്ലോക്സും സുഗന്ധം പരത്തുന്ന ഉദ്യാനത്തിലൂടെ നടന്ന് അവർ ഒരു പള്ളിക്കു മുന്നിലെത്തി. ഉദ്യാനത്തിലെ ബെഞ്ചുകളിൽ ആലിംഗനബന്ധരായ യുവമിഥുനങ്ങൾ.

"ഇവിടെയായാലോ?" നികോൾ ആരാഞ്ഞു.

"കുറച്ചു കൂടി അപ്പുറത്താവും നല്ലത്" എന്നു മാഷ.

മാഷ തീരുമാനിച്ചു, അവർ അനുസരിച്ചു. നികോളിന് കൗതുകം തോന്നി, കാരണം പൊതുവേ താൻ ആജ്ഞാനുവർത്തിയല്ല. കുറെക്കൂടി നടന്നപ്പോൾ മറ്റൊരു ചർച്ച്; അതിനെ ചുറ്റിയും ഒരു കൊച്ചു ഉദ്യാനം. "നമുക്കിവിടിരിക്കാം", മാഷ പറഞ്ഞു. ഇതാണ് വ്ളാഡിമിറിലെ ഏറ്റവും മനോഹരമായ ചർച്ച്.

വെളുത്ത ഉയരമുള്ള ചുമരുകൾ. പാതിയോളംവരെ കൊത്തുപണികൾ മുകളിൽ സ്വർണനിറത്തിലുള്ള ഉരുണ്ട ഡോം. അരക്കെട്ടു വരെ എംബ്രോയ്ഡറി ചെയ്ത വെളുത്ത ഉടുപ്പണിഞ്ഞ് സ്വർണമകുടം ചാർത്തിയ മെലിഞ്ഞു നീണ്ട സുന്ദരി. പ്രജ്വലമായ ലാളിത്യം. അവർ ഇരുന്നു. മാഷ ഭക്ഷണപ്പൊതികൾ അഴിക്കാൻ തുടങ്ങി.

"എനിക്കു രണ്ടു പുഴുങ്ങിയ മുട്ട മാത്രം മതി" നികോൾ പറഞ്ഞു.

"അതെന്താ നിങ്ങൾക്കു വിശപ്പില്ലേ?"

"ഉണ്ട്, പക്ഷേ തടി കൂടരുതല്ലോ."

"ഓ അത്രയ്ക്കങ്ങ് വാശിപിടിക്കാതെ. അതു പോരാ കുറച്ചെന്തെങ്കിലും കഴിച്ചാട്ടെ." അരിശം കൊണ്ട് പരുഷമായ സ്വരം.

നികോളിന് ചിരി വന്നു. ആരും തന്നോട് ഈ വിധം സംസാരിക്കാറില്ല. അവളൊരു പിരോഷ്കി എന്ന റഷ്യൻ പഫ് എടുത്തു രുചിച്ചു നോക്കി.

"എന്നെപ്പോലെത്തന്നെ ശാന്തസ്വഭാവികളാണോ വാസിലിയും യൂറിയും?"

"അതെയതെ, അവർ അനുസരണമുള്ളവരാണ്" മാഷ തെളിച്ചത്തോടെ പറഞ്ഞു.

"എന്നാൽ പിന്നെ അച്ഛനെയൊന്ന് വിരട്ടി നോക്കിയാട്ടെ. നാല്പതു സിഗററ്റു ദിവസവും പുകച്ചാൽ ശ്വാസകോശ കാൻസർ പിടിപെടുമെന്ന് ബോധ്യപ്പെടുത്തൂ."

"നിങ്ങൾക്കു രണ്ടുപേർക്കും വേറെ പണിയൊന്നുമില്ലേ?" ആൻഡ്രേ വളരെ മയത്തിലാണ് അങ്ങനെ പറഞ്ഞത്.

"ശരിയാണ്, അച്ഛന്റെ പുകവലി അല്പം കൂടുതലാണ്." മാഷ പറഞ്ഞു.

"അതു പോട്ടെ, ആ വോഡ്കാ ഇങ്ങു തരൂ."

മാഷ പേപ്പർ കപ്പിൽ വോഡ്ക പകർന്നു. കുറെ നേരത്തേക്ക് തീനും കുടിയും മാത്രം, എല്ലാവരും മൗനം.

"ഈ ചർച്ച് കാണാനെന്തൊരു ഭംഗിയാണല്ലേ?" അല്പം ഖേദത്തോടെയാണ് ആൻഡ്രേ അതു പറഞ്ഞത്

"ഞാനിതിനെ ഇങ്ങനെ ഉറ്റുനോക്കുകയാണ്, പക്ഷേ എനിക്കറിയാം, ഒരാഴ്ച കഴിഞ്ഞാൽ എനിക്കിതേപ്പറ്റിയൊന്നും ഓർമയേ ഉണ്ടാവില്ല."

"എനിക്കുമില്ല" നികോൾ പ്രതികരിച്ചു.

അതെ, തങ്കമകുടം ചാർത്തിയ തൂവെള്ള ചർച്ചിന്റെ കാര്യം അവളും മറന്നു പോകും. എത്രയെത്ര കാര്യങ്ങൾ ഇതിനകം മറന്നുപോയിരിക്കുന്നു. പക്ഷേ കൗതുകം? അതിന്നും യാതൊരു കോട്ടവും കൂടാതെ, അതേപടി നിലനിൽക്കുന്നു. പക്ഷേ അതുകൊണ്ടെന്തു കാര്യം? സ്മരണകൾ തവിടുപൊടിയാവുമ്പോൾ കുതൂഹലത്തിന് വെറുമൊരു പുരാവസ്തുവിന്റെ പ്രസക്തിയേയുള്ളൂ. ആകാശത്ത് ചന്ദ്രനും സന്തതസഹചാരിയായ നക്ഷത്രവും പ്രകാശം പൊഴിക്കുന്നു; നികോളിന് പഴയൊരു ഫ്രഞ്ചു പ്രണയകവിത ചൊല്ലാതിരിക്കാനായില്ല. പതിനാലാം നൂറ്റാണ്ടിലെഴുതപ്പെട്ട ഒകാസിനികോളെറ്റ് ഗദ്യകവിത.

ചന്ദ്രന്റെ ആകർഷണ വലയത്തിലകപ്പെട്ട കൊച്ചുനക്ഷത്രമേ നിന്നെ ഞാൻ കാണുന്നു

അതാണ് സാഹിത്യത്തിന്റെ ഗുണം. നികോൾ സ്വയം പറഞ്ഞു. വാക്കുകൾ എപ്പോഴും എവിടേയും ഒപ്പമുണ്ടാകും. പ്രതിച്ഛായകൾക്ക് മങ്ങലേറ്റെന്നു വരാം, അംഗഭംഗം സംഭവിക്കാം, പൂർണമായും അപ്രത്യക്ഷമായെന്നും വരാം. പക്ഷേ അക്ഷരങ്ങൾ അങ്ങനെയല്ല. പണ്ടെന്നോ ആരോ എഴുതിയവ, ഇന്നും അതേപടി മനസ്സിൽ നില്ക്കുന്നു. ഇന്നത്തെപ്പോലെത്തന്നെ നക്ഷത്രങ്ങൾ പ്രകാശം ചൊരിഞ്ഞിരുന്ന പഴയ നൂറ്റാണ്ടുകളുമായി ബന്ധിപ്പിക്കുന്നു. ഈ പുനർജന്മം, ഈ ശാശ്വതത്വം, അനന്തതയുടെ പ്രതീകമായി അവൾക്ക് അനുഭവപ്പെട്ടു. പഴകിത്തേഞ്ഞ ഭൂമി, എന്നിരിക്കിലും ഇത്തരം മുഹൂർത്തങ്ങൾക്ക് എന്തൊരു പുതുമ, അതിപ്രാചീനകാലത്തുണ്ടായിരുന്നതു പോലത്തെ പുത്തുണർവ്, പരിപൂർണത. ഈ നിമിഷം, ഇവിടെ, നികോൾ ഈ ചർച്ചിനേയും നോക്കിയിരിപ്പാണ്. ഒരു കാരണവുമില്ല, വെറുതെയങ്ങനെ നോക്കിക്കാണുന്നുവെന്നു മാത്രം. ഏതാനുമിറക്ക് വോഡ്കാ ശരീരത്തിനു നൽകിയ ഇളംചൂടിൽ ഈ നിമിഷം, വെറുതെയെന്ന അവസ്ഥ - അത് അത്യന്തം ഉദാത്തവും മനോഹരവുമായി നികോളിന് അനുഭവപ്പെട്ടു. അവർ ഹോട്ടലിലേക്ക് തിരിച്ചുപോയി. ജനാലകളിൽ വിരികളില്ല. നികോൾ തലയിൽ സ്കാർഫ് ചുറ്റിക്കെട്ടി, താമസിയാതെ ഉറക്കത്തിലാണ്ടു.

ഉറക്കമുണരുന്ന ലോലമായ നിമിഷങ്ങൾ, കിടപ്പറയിൽ പ്രകാശത്തിന്റെ പ്രളയം. കിടക്കയിൽ തൊട്ടടുത്ത് ചുരുണ്ടുകൂടി ആൻഡ്രേ. കഴുവിലേറാൻ പോകുന്ന കുറ്റവാളിയെപ്പോലെ തലവഴി പുതപ്പിട്ട് മൂടിയിരിക്കുന്നു. അസ്വസ്ഥമായ ഉറക്കത്തിലെപ്പോഴോ പുറംലോകത്തിന്റെ ഉറപ്പ് ആവശ്യമായി വന്നതുപോലെ ഒരു കൈ ബാലിശമായവിധം ചുമരിനോടൊട്ടിച്ചേർത്തു വെച്ചിരിക്കുന്നു. അവൾ അയാളുടെ ചുമലിൽ കൈവെച്ച് മൃദുവായി കുലുക്കി. എത്ര തവണ അവളിങ്ങനെ ചെയ്തിട്ടുണ്ട് ഇനി ഭാവിയിലും എത്രയെത്ര തവണ അവളിങ്ങനെ ചെയ്യുമായിരിക്കും? ചിലപ്പോഴൊക്കെ അയാൾ മൊഴിയും “ഗുഡ് മോണിംഗ്, മമ്മി” എന്നിട്ട് ആകെയൊന്നു കുലുങ്ങി, അമ്പരപ്പോടെ പുഞ്ചിരിക്കും. അവൾ അയാളുടെ ചുമലിൽ കൈ വെച്ചു.

“നിങ്ങളെ ചിലതൊക്കെ കാണിക്കാനുണ്ട്.” ചർച്ചിന്റെ വാതിൽ തള്ളിത്തുറന്നുകൊണ്ട് മാഷ പറഞ്ഞു. പാതി ഇരുട്ടിലൂടെ അവൾ അവരെ മുന്നോട്ടു നയിച്ചു. “വിദേശികളുടെ വിധി കണ്ടോളൂ.” ചുമർചിത്രമാണ്; പ്രമേയം അന്തിമവിധി. വലതുവശത്ത് മാലാഖമാരും പിന്നെ നീണ്ട ഉടുപ്പുകളണിഞ്ഞ ചില വിശിഷ്ടരും. ഇടതുവശത്ത് നരകവാസത്തിനു

വിധിക്കപ്പെട്ടവർ, കറുത്ത കാലുറകൾ, കണങ്കാലിനുമുകളിൽ കെട്ടിയുറപ്പിച്ച തുടപ്പട്ടകൾ, ലേസുകൊണ്ടുള്ള കഴുത്തു പട്ടകൾ, മുനപ്പിച്ച താടികൾ എന്നിങ്ങനെ പൊയ്പോയ കാലഘട്ടത്തിലെ വേഷവിതാനങ്ങളുമായി ഫ്രഞ്ചുകാർ, അവർക്കു പിന്നിൽ വലിയ തലേക്കെട്ടുകളുമായി മുസ്ലീംകൾ.

“ശരിക്കും ഇതൊക്കെ പണ്ടുകാലത്തെ സമ്പ്രദായങ്ങളാണ്.” നിക്കോൾ പറഞ്ഞു.

മാഷ പ്രതികരിച്ചു. “നേരുപറഞ്ഞാൽ ഏതാനും ചില കാലഘട്ടങ്ങളിലൊഴികെ, റഷ്യ എല്ലായ്പോഴും പാശ്ചാത്യരെ സ്വാഗതം ചെയ്തിരുന്നു. പക്ഷേ ചില വിഭാഗക്കാർക്ക് പാശ്ചാത്യരോട് വലിയ വിദ്വേഷമായിരുന്നു, പ്രത്യേകിച്ച് ക്രൈസ്തവ സഭയ്ക്ക്. നോക്കണേ അവർ ശപിക്കപ്പെടുന്നത് വിദേശീയരെന്ന നിലയ്ക്കല്ല, മറിച്ച് അവിശ്വാസികളെന്ന നിലയ്ക്കാണ്.”

“പ്രയോഗത്തിൽ രണ്ടും ഒന്നു തന്നെ.” ആൻഡ്രേ പറഞ്ഞു.

ഇന്നു രാവിലെ മുതൽ ആൻഡ്രേയുടെ മനസ്സ് അല്പം കലുഷിതമാണ്. ഇന്നലെ വളരെ നല്ല ദിവസമായിരുന്നു. അയാൾക്ക് വ്ളാഡിമിർ നന്നേ പിടിച്ചിരിക്കുന്നു. അവിടത്തെ പള്ളികളും റുബ്ലോവ് ചുമർചിത്രങ്ങളും എല്ലാം. ഭക്ഷണം ശരിയായില്ലെങ്കിലും അയാൾക്കു പ്രശ്നമൊന്നുമില്ല. അമ്മ അങ്ങനെയാണ് അയാളെ വളർത്തിക്കൊണ്ടുവന്നത്. പക്ഷേ മാഷയുമായുള്ള തർക്കമാണ് അയാളെ നീരസപ്പെടുത്തിയത്. അതുവരെ തന്റെ വീക്ഷണങ്ങൾ തന്നെയാണ് മാഷയുടേതും എന്നയാൾക്ക് ഉറച്ച വിശ്വാസമുണ്ടായിരുന്നു.

“നിന്റെ ദേശസ്നേഹം അതങ്ങനെ അത്രയെളുപ്പം മാറ്റിയെടുക്കാനാവില്ലെന്നറിയാം. പക്ഷേ നീ ഈ പറഞ്ഞതിന്റെ സാരം മനസ്സിലാവുന്നുണ്ടോ, നിന്റെ റഷ്യ ഇപ്പോൾ ഒരു വിപ്ലവരാഷ്ട്രമല്ലെന്ന്. അങ്ങനെയെങ്കിൽ അങ്ങനെ.” ചർച്ചിൽ നിന്ന് പുറത്തു കടക്കവേ അയാൾ പറഞ്ഞു.

“അല്ലേയല്ല. ഞങ്ങൾ വിപ്ലവം നടത്തിയെടുത്തു, വിജയിച്ചു. അതല്ല ഇവിടെ പ്രശ്നം. ഫ്രഞ്ചുകാർക്കറിയില്ല, യുദ്ധം എന്നാലെന്താണെന്ന്. ഞങ്ങൾക്കറിയാം, അതുകൊണ്ടുതന്നെ ഞങ്ങൾക്കതു വേണ്ട.” മാഷ രോഷത്തോടേയാണ് പറഞ്ഞത്.

ആൻഡ്രേയ്ക്കും ദേഷ്യം പിടിച്ചു.

“ആർക്കും യുദ്ധം വേണമെന്നില്ല. ഞാൻ പറയുന്നതെന്തെന്നു വെച്ചാൽ അമേരിക്കയ്ക്ക് സ്വതന്ത്രവിഹാരം അനുവദിച്ചു കൊടുത്തെന്നു വെയ്ക്കൂ, അവരങ്ങ് അതിരുകടക്കും, അത് തടയാനാവണം, അതിനായില്ലെങ്കിലാണ് അമേരിക്കയെ പേടിക്കേണ്ടത്. മ്യൂണിക്കിന് ഒന്നും തടുക്കാനായില്ലല്ലോ.”

"ഞങ്ങൾ അമേരിക്കൻ താവളങ്ങളിൽ ബോംബാക്രമണം നടത്തിയാൽ അമേരിക്ക പ്രതികരിക്കില്ലെന്നാണോ അച്ഛന്റെ വിചാരം? ആ റിസ്കെടുക്കാൻ ഞങ്ങൾ തയ്യാറല്ല" മാഷ തീർത്തു പറഞ്ഞു.

"അവർ ചൈനയെ ആക്രമിച്ചാലും നിങ്ങളനങ്ങില്ല?"

"നിങ്ങളു രണ്ടുപേരും വീണ്ടും തുടങ്ങിയല്ലോ. കഴിഞ്ഞ രണ്ടു മണിക്കൂറായി നിങ്ങളിങ്ങനെ തർക്കിക്കുന്നു. നിങ്ങളിൽ ഒരാൾക്ക് മറ്റേയാളെ പറഞ്ഞു ജയിക്കാനാവില്ല." നികോൾ അഭിപ്രായപ്പെട്ടു.

അവർ കുറച്ചു നേരം നിശ്ശബ്ദരായി നടന്നു. നിരത്തിൽ നിറയെ ജനക്കൂട്ടം. ബർച്ച് വൃക്ഷോത്സവമാണത്രെ. പക്ഷേ കോർപസ് ക്രിസ്റ്റി പെരുന്നാളാഘോഷത്തിനു പകരമാണിത് എന്നത് നിസ്സംശയം. മേശകളോ കസേരകളോ ഒന്നുമില്ലാത്ത തുറസ്സും വിശാലവുമായ വേലിക്കെട്ടിനകത്ത് ആൾക്കൂട്ടം അർദ്ധരാത്രിവരെ നൃത്തം ചെയ്തു കൊണ്ടിരുന്നു. പുലർച്ചെ പ്രധാനപാതയിലൂടെ ഒരു ഘോഷയാത്ര. വെളുത്ത ഉടുപ്പിട്ട ബാലികമാരും ചുവന്ന ടൈ കെട്ടിയ ബാലന്മാരും കൈകളിൽ ബർച്ച് മരച്ചില്ലകളുമായി ട്രക്കുകളിൽ. അവരൊക്കെ ഉറക്കെ പാടുന്നുണ്ടായിരുന്നു. പാർക്കിൽ ഒരു വലിയ പന്തൽ കെട്ടിയുയർത്തിയിരിക്കുന്നു. ഭക്ഷണശാലയാണ്. ചെറിയ മേശകൾ പുറത്തും വലിയവ പന്തലിനകത്തും. മേശപ്പുറത്ത് പലതരം കേക്കുകളും ബണ്ണുകളും കൂമ്പാരം കൂട്ടി വെച്ചിരിക്കുന്നു. ബുഫേയാണ്. ആവശ്യമുള്ളതെടുത്തു കഴിക്കാം.

"നമുക്കിവിടിരുന്ന് എന്തെങ്കിലും കഴിച്ചാലോ?" മാഷയുടെ പരാമർശമാണ്. "പിന്നല്ലാതെ, അവരനുവദിക്കുമെങ്കിൽ നമുക്കും കഴിക്കാം." നികോളിനു സമ്മതം.

തലേന്ന് വ്ളാഡിമിറിൽ ഭക്ഷണക്ഷാമം അനുഭവപ്പെട്ടിരുന്നു. റസ്റ്റോറന്റിലാണെങ്കിൽ മത്സ്യമോ മാംസമോ മുട്ടയോ പച്ചക്കറികളോ പഴവർഗങ്ങളോ ഒന്നും തന്നെ കിട്ടാനില്ലായിരുന്നു. ഒരു സൂപ്പു മാത്രം. നികോളിനും മാഷയ്ക്കും അത് ഭക്ഷ്യയോഗ്യമായിത്തോന്നിയതേയില്ല. റൊട്ടിയാണെങ്കിൽ വെളുത്തിട്ടുമല്ല, കറുത്തിട്ടുമല്ല എന്ന മട്ട്. രുചിയിലോ പശ സമാനം. ഹോട്ടലിനുമുന്നിൽ ഒരിടത്ത് മറ്റൊരുതരം റൊട്ടിക്കായി ഒരു നീണ്ട ക്യൂ. അവിടെ കിട്ടിയതോ കടിച്ചാൽ പല്ലുപൊട്ടും വിധം കടുകട്ടി. ഇപ്പഴിതാ ഇവിടെ ഈ രാവിലെ നേരത്ത് സ്ത്രീകൾ ബാഗുകൾ നിറച്ച് പലതരം റൊട്ടിയും ബണ്ണുമായി പന്തലിൽ നിന്ന് പുറത്തേക്കിറങ്ങുന്നു. അവർ മൂവരും അകത്തു കയറി, കേക്കിനും മുട്ടയ്ക്കും ചീസ് സാൻഡ്വിച്ചിനും ഓർഡർ കൊടുത്തു. ഗുണമേന്മയുള്ള ആഹാരം.

"ടൗണുകളിലൊക്കെ ആഹാരത്തിനു ക്ഷാമം. ഇവിടെ, നാട്ടിൻപുറങ്ങളിൽ ഇഷ്ടം പോലെ. ഇതെന്താ ഇങ്ങനെ?" ആൻഡ്രേ ആരാഞ്ഞു.

"ഞാൻ മുമ്പേ പറഞ്ഞില്ലേ, ഇതൊന്നും മനസ്സിലാക്കിയെടുക്കാൻ ശ്രമിക്കരുതെന്ന്?"

അവളുടെ അഭിപ്രായത്തിൽ ഇത്തരം ദുരൂഹതകളും അസംബന്ധങ്ങളും കണ്ട് അവർ അദ്ഭുതപ്പെടരുത്. പഴകി തുരുമ്പിച്ച ബ്യൂറോക്രാറ്റിക് സംവിധാനമാണ് രാജ്യത്തെ ഈ ദുരിതത്തിനൊക്കെ കാരണം, അതുകൊണ്ടു തന്നെ തീരുമാനങ്ങൾ സ്തംഭനാവസ്ഥയിലെത്തുന്നു; അമിതമായ തോതിൽ വസ്തുക്കൾ പാഴാക്കപ്പെടുന്നു. ഈ ജഡാവസ്ഥയെ അതിജീവിക്കാൻ സർക്കാർ എല്ലാ വിധത്തിലും കിണഞ്ഞു ശ്രമിക്കുന്നുണ്ട്, പക്ഷേ വിജയം നേടാൻ സമയമെടുക്കും.

"കസേരക്കഥ പറഞ്ഞു തന്നതോർമയില്ലേ?" അവൾ തുടർന്നു ചോദിച്ചു. തലേന്ന് രാവിലെ ഹോട്ടലിൽ നിന്ന് ചിരിയടക്കാനാവതെ, ആകെ കുഴഞ്ഞു മറിഞ്ഞാണ് മാഷ പുറത്തിറങ്ങിയത്. വ്ളാഡിമിർ റേഡിയോയിലൂടെ അല്പം മുമ്പു പ്രക്ഷേപണം ചെയ്ത ഒരു പരിപാടിയായിരുന്നു നിർത്താനാകാഞ്ഞ ആ ചിരിക്കു കാരണം. കഥയിങ്ങനെ: സ്കൂളുകളിലേക്കുള്ള കസേരകൾ നിർമിക്കാനുള്ള ഒരു പ്രോജക്റ്റ് സർക്കാർ മൂന്നായി പകുത്തു. ഒരു ഫാക്റ്ററി കസേരയുടെ ചാരുഭാഗം നിർമിച്ചു, മറ്റൊന്ന്, ഇരിപ്പിടവും. ഇതു രണ്ടും കൂട്ടിയോജിപ്പിക്കേണ്ടത് മൂന്നാമതൊരു കൂട്ടർ. അതെന്തായാലും കൂട്ടിയോജിപ്പിക്കാൻ ഒന്നുകിൽ വേണ്ടത്ര ചാരുഭാഗമോ അതല്ലെങ്കിൽ ഇരിപ്പിടമോ ഇല്ലാത്ത അവസ്ഥ. കാരണം രണ്ടു ഭാഗങ്ങളും കൂട്ടിയോജിപ്പിക്കുമ്പോൾ ഏതെങ്കിലുമൊന്ന് പൊട്ടിപ്പോകുന്നു. ഒരുപാടു നീണ്ട അന്വേഷണങ്ങളും നടപടികളും പരിശോധനകളും റിപ്പോർട്ടുകളുമൊക്കെ വഴിപോലെ നടന്നു. അവസാനം കണ്ടെത്തിയതോ തെറ്റ് മുന്നാമത്തെ കൂട്ടരുടേത്. ശരിയായ വിധത്തിലല്ല അവർ കസേരയുടെ ഭാഗങ്ങൾ കൂട്ടി യോജിപ്പിക്കുന്നതെന്ന്; അവർക്കു നൽകപ്പെട്ട നിർദ്ദേശങ്ങളിൽ പിശകുണ്ടെന്ന്. പക്ഷേ മുകളിൽനിന്ന് ഉത്തരവു വരുംവരെ നിർദ്ദേശങ്ങളിൽ യാതൊരു മാറ്റവും വരുത്താൻ തൊഴിലാളികൾക്ക് അനുവാദമില്ല. ഔദ്യോഗിക പടവുകളിലൂടെ വേണം ആ പുതുനിർദ്ദേശം എത്തിച്ചേരാൻ. അതിനു സമയമെടുക്കും.

"ശുദ്ധഅസംബന്ധം." മാഷ പറഞ്ഞു. ഈ വാർത്ത പ്രക്ഷേപണം ചെയ്തുകൊണ്ട് ബ്യൂറോക്രസിക്കെതിരായുള്ള ചെറുത്തുനില്പിൽ പങ്കുചേരുകയാണ് റേഡിയോ ഭാരവാഹികൾ. ഭരണകൂടത്തിനെ മാഷ സ്വതന്ത്രമായി വിലയിരുത്തി, വിവേചനപരവും വിമർശനപരവുമായ വിലയിരുത്തൽ. വിദേശനയത്തെ അവൾ പിന്താങ്ങുന്നെങ്കിൽ അത് കണ്ണുമടച്ചുള്ള വിശ്വാസം കൊണ്ടായിരുന്നില്ല.

അതാണ് ആൻഡ്രേയെ അസ്വസ്ഥനാക്കിയത്. പക്ഷേ തത്കാലം അതിനെക്കുറിച്ച് സംസാരിക്കാൻ അയാളിഷ്ടപ്പെട്ടില്ല. തനിക്കു ചുറ്റിലുമുള്ള ആൾക്കൂട്ടത്തിലേക്ക് അയാൾ നോക്കി. സന്തോഷം കൊണ്ടു തിളങ്ങുന്ന മുഖങ്ങൾ. അവരൊക്കെ ഈ ആഘോഷത്തിൽ, ഘോഷയാത്രയിൽ, ചടങ്ങുകളിൽ സ്വേച്ഛയാ പങ്കെടുക്കുമ്പോലെ. എന്നാലും ആരുടേയോ ഉത്തരവുകൾ അനുസരിക്കുകയാണെന്ന തോന്നൽ. ആരുടേയോ കർശനനിരീക്ഷണം ഉണ്ടെന്ന തോന്നൽ. ആഹ്ലാദവും

അച്ചടക്കവും. വൈരുധ്യമേയില്ല. പക്ഷേ ഇവ രണ്ടും എങ്ങനെ ഇണക്കി ച്ചേർത്തെന്ന് അറിഞ്ഞാൽക്കൊള്ളാമെന്നുണ്ട്, അയാൾക്ക്. പ്രായവും സന്ദർഭവുമനുസരിച്ച് ഓരോരുത്തരും തനതായ വിധത്തിലാവും അതു നടപ്പാക്കുക. അവരു ചൊല്ലുന്നതെന്താണെന്നു മനസ്സിലാക്കാനായെങ്കിൽ?

"ഞങ്ങളെ അല്പമെങ്കിലും റഷ്യൻ പഠിപ്പിക്ക്." അയാൾ മാഷയോടു പറഞ്ഞു.

"അയ്യയ്യോ, അതു വേണ്ട" നികോൾ എതിർത്തു.

"എനിക്ക് അക്ഷരമാലപോലും അറിയില്ല. അതുമല്ലാതെ ഒരു മാസ ത്തിനകം എന്തു പഠിച്ചെടുക്കാനാണ്. നിനക്കു വേണമെങ്കിൽ ആവാം." നികോൾ കൂട്ടിച്ചേർത്തു.

"പക്ഷേ ഞാൻ പഠിക്കാനിരുന്നാൽ നിനക്ക് ബോറടിക്കും."

"ഒരിക്കലുമില്ല. ഞനെന്തെങ്കിലുമൊക്കെ വായിക്കും."

"ശരി എന്നാൽ പിന്നെ, നാളെ മോസ്കോയിൽ തിരിച്ചെത്തിയതും തുടങ്ങാം, എത്തും പിടിയും കിട്ടാത്ത ഈ അവസ്ഥയ്ക്ക് കുറച്ചെങ്കിലും ശമനമുണ്ടാകുമല്ലോ."

"ഇപ്പഴങ്ങനെയാണോ, എത്തും പിടിയും കിട്ടാത്ത അവസ്ഥയി ലാണോ, അതുകൊണ്ടാണോ അസ്വസ്ഥത?"

"പിന്നല്ലാതെ?"

"അപ്പോപ്പിന്നെ സ്വർഗത്തിലോ അഥവാ നരകത്തിലോ എത്തിയാലും ഇതു തന്നെയാവും നിന്റെ ആദ്യത്തെ വാക്കുകൾ എനിക്കൊരു എത്തും പിടിയും കിട്ടുന്നില്ല." അയാളുടെ നേർക്ക് സ്നേഹപൂർവം നോക്കി ക്കൊണ്ട് നികോൾ പറഞ്ഞു.

അയാളുടെ ആശയക്കുഴപ്പം അവളിലെപ്പോഴും പുഞ്ചിരിയുണർത്തി. യാത്ര പോകുമ്പോൾ വരുന്നതെന്തും അതേപടി സ്വീകരിക്കാൻ അവൾ തയ്യാറായിരുന്നു. ഘധായയിൽ വെച്ച് അവൾ ആൻഡ്രേയെ ഗുണ ദോഷിച്ചു. "അതു കൊള്ളാം, ഇത് ആഫ്രിക്കയാണ്, ഒരു കോളണി. ഇവിടെ മറ്റെന്തു പ്രതീക്ഷിക്കാനാകും?" (ആൻഡ്രേ അന്ന് ചെറുപ്പമായിരുന്നു, മാഗ്രെബ് പ്രദേശങ്ങൾ ആദ്യമായി നേരിട്ടുകാണുകയാണ്. നിരത്തിൽ ഒട്ടകങ്ങളും പർദ്ദ ധരിച്ച സ്ത്രീകളും. എന്നാലോ ഷോപ്പുകളിൽ ടിന്നി ലടച്ച ഭക്ഷണങ്ങളും പലതരം പരിഷ്കാര സാമഗ്രികളും. വിദൂരസ്ഥമായ അറേബ്യയും ഫ്രഞ്ച് ഗ്രാമവും ഒന്നിച്ചൊരിടത്ത് എന്ന പ്രതീതി: ഇവ രണ്ടിലും ഉൾപ്പെടുന്ന വ്യക്തികളെ അയാൾക്ക് മുഴുവനുമങ്ങ് മനസ്സി ലാക്കിയെടുക്കാനായില്ല.) പക്ഷേ ഇപ്പോഴത്തെ ഈ ആശയക്കുഴപ്പത്തിനു ഗുരുതരമായ കാരണങ്ങളുണ്ട്. സോവിയറ്റ് യൂണിയനിലെ സാധാരണ പൗരന്റെ അവസ്ഥ എന്താണ്? ഈ പാടിത്തിമിർക്കുന്ന യുവാക്കൾക്ക്, ഫ്രഞ്ചു യുവാക്കളുമായി എത്രത്തോളം സാമ്യതയുണ്ട്? ഏതെല്ലാം വിധത്തിലാണ് അവർ വ്യത്യസ്തത പുലർത്തുന്നത്? അവരുടെയുള്ളിൽ

സർഗചേതനയും സോഷ്യലിസ്റ്റ് മനഃസ്ഥിതിയും സമ്മിളിതമാകുന്നതെങ്ങനെ?, ദേശീയസ്വകാര്യ താത്പര്യങ്ങൾ കൂട്ടിക്കലർത്തപ്പെടുന്നതെങ്ങനെ? ഈ ചോദ്യങ്ങൾക്ക് ലഭിക്കുന്ന ഉത്തരങ്ങളാവും മറ്റു പലതിനും ആസ്പദം.

"സ്വകാര്യ താത്പര്യങ്ങളെപ്പറ്റി പരാമർശിക്കുന്നത് തെറ്റാണ്." ഏതാനും മണിക്കൂറുകൾക്കുശേഷം മാഷ അയാളോടു പറഞ്ഞു.

അവർ മുറിയിലിരുന്ന് ചായ കുടിക്കുകയായിരുന്നു, ഒരു നീണ്ട നടത്തത്തിനുശേഷമുള്ള വിശ്രമം. രാവിലത്തെ സംഭാഷണം അവർ വീണ്ടും ചർച്ചയ്ക്കെടുത്തു, പക്ഷേ ഇപ്പോൾ ആ പഴയ പിരിമുറുക്കമില്ല.

"അണുയുദ്ധം ഞങ്ങളെ മാത്രമല്ല, ഈ ലോകത്തെ മുഴുവനും ബാധിക്കും. നിങ്ങളൊക്കെ ഒരു കാര്യം മനസ്സിലാക്കണം രണ്ടു അനുപേക്ഷ്യതകൾക്കിടയിൽ കിടന്നു വലയുന്നവരാണ് ഞങ്ങൾ: ലോകത്തിലെമ്പാടും സോഷ്യലിസം വളർത്തിയെടുക്കുക, സമാധാനം നിലനിർത്തുക. ഇതു രണ്ടും കൈവിടാൻ ഞങ്ങൾ തയ്യാറല്ല."

"ഓ, അതെനിക്കറിയാം. സ്ഥിതിഗതികൾ അത്ര ലളിതമല്ലെന്ന് എനിക്ക് നല്ലപോലറിയാം."

"എന്നാൽ പിന്നെ അതങ്ങു വിട്ടേക്കൂ, അതല്ലേ നല്ലത്?" നികോൾ ഉടനടി പ്രതികരിച്ചു. "മാഷയുടെ പരിഭാഷ ഒന്നു നോക്കാമെന്നേറ്റിട്ടുണ്ട്. ഉടനെ ചെയ്തില്ലെങ്കിൽ പിന്നെ സമയം കിട്ടിയെന്നു വരില്ല."

"അതെ, നമുക്കതു ചെയ്തു തീർക്കാം" മാഷയും സമ്മതിച്ചു.

നികോളും മാഷയും അടുത്തടുത്ത് ഒരു മേശയ്ക്കരുകിലായി ഇരുന്നു. ആൻഡ്രേ, പാരീസിൽ നിന്ന് കൂടെ കൊണ്ടുവന്നിരുന്ന യു.എസ്.എസ്.ആർ കൈപ്പുസ്തകം തുറന്ന് അതിൽ മുഴുകുന്നതായി ഭാവിച്ചു, പക്ഷേ അയാളുടെ ചിന്തകൾ വട്ടംകറങ്ങിക്കൊണ്ടേയിരുന്നു. പ്രകോപനപരമായ ഏതു റഷ്യൻ നീക്കത്തിനും എതിരായി അതിഭീകരമായ അമേരിക്കൻ തിരിച്ചടിയുടെ സാധ്യത തള്ളിക്കളയാനാവില്ല. ഇത് ഏവിടെച്ചെന്നവസാനിക്കും? 1945ലെ അണുബോംബ് വെറുമൊരു ഭീഷണി മാത്രമായിരുന്നു, ഇന്നതിന്റെ ശാരീരികവും മാനസികവുമായ തീവ്രപീഡനം ഒരു യാഥാർത്ഥ്യമാണ്. അതിനെക്കുറിച്ച് വേവലാതിപ്പെടാത്തവരും ഉണ്ട്.

"ഞാൻ മരിച്ചാൽ പിന്നെ ലോകം അവസാനിച്ചാലെന്ത്, ഇല്ലെങ്കിലെന്ത് എനിക്കെന്തു ചേതം?" എന്ന മട്ടുകാരുമുണ്ട്. ആൻഡ്രേയുടെ ഒരു സുഹൃത്ത് പറഞ്ഞതിങ്ങനെ: "അങ്ങനെ ഞാൻ മരിക്കുകയാണെങ്കിൽ, എന്റേതായതൊന്നും അവശേഷിക്കുകയില്ലെന്നു വരികിൽ, പിന്നെ എനിക്കു വലിയ ഖേദം തോന്നേണ്ട കാര്യമേയില്ല." ഒരു സ്ഫോടനത്തിലൂടെ ലോകം അവസാനിക്കുമെന്നറിയുന്ന നിമിഷം താൻ ആത്മഹത്യ ചെയ്തെന്നും വരും. അതല്ലെങ്കിൽ ലോകസംസ്കാരം കത്തിച്ചാമ്പലായെന്നു വരാം, ചരിത്രത്തിന്റെ കണ്ണികൾ അറ്റുപോയെന്നു വരാം, ഇതൊക്കെ അതിജീവിക്കാൻ കഴിയുന്നവർ (അത് ചൈനക്കാരായിരിക്കുമെന്നത്

നിസ്സംശയം) വീണ്ടുമൊരു പുതിയ തുടക്കം കുറിക്കും. ഒരു വേള അവർ സോഷ്യലിസത്തിന്റെ വിജയവൈജയന്തി പറപ്പിച്ചെന്നിരിക്കും, പക്ഷേ ആ നവമാതൃകയ്ക്ക് അവരുടെ മാതാപിതാക്കളോ അവരുടെ സഖാക്കളോ താനോ കണ്ട സോഷ്യലിസ്റ്റ് സ്വപ്നവുമായി പുലബന്ധം പോലുമുണ്ടായെന്നു വരില്ല. എന്നിരിക്കിലും യു.എസ്. എസ്.ആർ സമാധാനപരമായ സഹവർത്തിത്വത്തിന് തയ്യാറായാൽ, പിന്നെ സോഷ്യലിസം വന്നെത്താൻ ഒരുപാടു സമയമെടുക്കും. എത്രയെത്ര പ്രതീക്ഷകളാണ് ഇതിനകം കരിഞ്ഞുചാമ്പലായത്? ജനകീയ മുന്നണി, ഫ്രാൻസിലെ ചെറുത്തു നില്പുകാർ, മൂന്നാം ലോകത്തിന്റെ വിമോചനം, ഇതൊന്നും മുതലാളിത്ത വ്യവസ്ഥയെ ഒരിഞ്ചുപോലും പുറകിലേക്കു തള്ളിയിട്ടില്ല. ചൈനിസ് വിപ്ലവം കലാശിച്ചത് റഷ്യ-ചൈന സംഘർഷത്തിലാണ്. ഭാവി ഇത്രയും ഇരുളടഞ്ഞതായി ആൻഡ്രേയ്ക്ക് ഇതിനു മുമ്പു അനുഭവപ്പെട്ടിട്ടേയില്ല.

"എന്റെ ജീവിതംകൊണ്ട് ഒരു പ്രയോജനവുമുണ്ടായില്ല" അയാൾ ഖേദിച്ചു. തന്റെ ജീവിതം ഏതെങ്കിലും ഗുണകരമായ വിധത്തിൽ ചരിത്രത്തിന്റെ ഭാഗമായിത്തീർന്ന് ജനങ്ങൾക്ക് സന്തോഷമരുളിയിരുന്നെങ്കിൽ എന്നാണയാൾ ആശിച്ചത്. ജനങ്ങൾ സന്തോഷം കണ്ടെത്തും, അതിൽ തെല്ലും സംശയമില്ല, ദീർഘകാലമായിട്ടുള്ള ആ വിശ്വാസത്തിന് കാര്യമായി ഉടവു തട്ടിയിട്ടില്ല. പക്ഷേ ആ സന്തോഷം വന്നെത്തുന്നത് വളഞ്ഞ വഴികളിലൂടെയാവും. അപ്പോഴേക്കും ചരിത്രം തന്റെ ചരിത്രമല്ലാതായിത്തീന്നിരിക്കും. അയാളുടെ ചിന്തകളെ ഭേദിച്ചുകൊണ്ട് നികോളിന്റെ ശബ്ദം.

"മാഷയുടെ ഫ്രഞ്ച് എത്ര കിറുകൃത്യമാണെന്നോ? പക്ഷേ അതുകൊണ്ടുതന്നെ അല്പമൊരു കൃത്രിമത്വവും."

"തെറ്റു പറ്റിയാലോ എന്നെനിക്കു പേടിയുണ്ടായിരുന്നു", മാഷ പറഞ്ഞു.

അവർ വീണ്ടും ടൈപ്പു ചെയ്ത താളുകളിലേക്ക് കുനിഞ്ഞു, ഇടയ്ക്കിടെ പരസ്പരം നോക്കി മന്ദസ്മിതം തൂകി, പതിഞ്ഞ സ്വരത്തിൽ സംസാരിച്ചു. നികോൾ പൊതുവേ സ്ത്രീകളോട് അല്പം പരുഷമായാണ് പെരുമാറാറുള്ളത്. പക്ഷേ മാഷയുമായി ചങ്ങാത്തം സ്ഥാപിച്ചിരിക്കുന്നു. അതു കണ്ട് ആൻഡ്രേയ്ക്ക് സന്തോഷം തോന്നി.

"എനിക്കും കാണണം, ആ പരിഭാഷ" ആൻഡ്രേ അഭിപ്രായപ്പെട്ടു.

ഭാവി ഇരുളടഞ്ഞതാണെങ്കിലും ഇപ്പോഴത്തെ, ഈ നിമിഷങ്ങൾ, സ്നേഹാർദ്രമായ നിമിഷങ്ങൾ പാഴാക്കിക്കളയരുത്. സ്വന്തം ദുശ്ചിന്തകളിൽ നിന്ന് അയാൾ സ്വയം പിൻവലിഞ്ഞു.

"**ഒ**ന്നിരിക്കാനായെങ്കിൽ" നികോൾ പറഞ്ഞു.

ചാരുതയാർന്ന, ഉസ്ബെക് റെസ്റ്റോറന്റ്. മേൽക്കൂരയില്ലാത്ത, തുറസ്സായ, കൊച്ചു കൊച്ചു കാബിനുകൾ, വളരെ നല്ല ഉപഭോക്താക്കൾ.

പരന്ന മുഖവും അല്പം ചെരിഞ്ഞ കണ്ണുകളുമുള്ള പുരുഷന്മാർ, ചതുരാകൃതിലുള്ള തൊപ്പി. വർണശബളമായ പട്ടുടുപ്പുകൾ ധരിച്ച് ഇടതൂർന്ന തലമുടി പിന്നിയിട്ട സ്ത്രീകൾ. മോസ്കോയിൽ കിട്ടാവുന്ന ഏറ്റവും രുചിയേറിയ ചാച്‌ലിക് എന്ന റഷ്യൻ കബാബ് ഇവിടെയാണത്രെ ലഭിക്കുക. പക്ഷേ സംഗീതമോ അത്യുച്ചത്തിൽ. ഇവിടെ മാത്രമല്ല, എല്ലായിടത്തും അങ്ങനെത്തന്നെ. അതുകൊണ്ട് ഭക്ഷണം കഴിഞ്ഞതും എത്രയും പെട്ടെന്ന് അവർ സ്ഥലം വിട്ടു. മാഷയാണ് പറഞ്ഞത് നടക്കാമെന്ന്. പക്ഷേ അന്നു മുഴുവനും അവർ ഒരുപാടു നടന്നതാണ്, നികോളിന് ക്ഷീണം തോന്നി. തന്നോടുതന്നെ നീരസവും തോന്നി പണ്ട് ആൻഡ്രേയോടൊപ്പം സസന്തോഷം മൈലുകളോളം നടന്നിരുന്നതാണ്. പക്ഷേ ഇപ്പോൾ ഓരോ സായാഹ്നത്തിലും നീണ്ട കാൽനട സവാരികൾക്കുശേഷം കാലുകൾ പരാതിപ്പെടാൻ തുടങ്ങിയിരിക്കുന്നു. അവളതു പുറത്തു കാണിച്ചില്ല. എന്നാലും സ്വയമിങ്ങനെ കഷ്ടപ്പെടുത്തുന്നത് വിഡ്ഢിത്തമാണ്. അവർ നടന്നു പോകുന്ന വഴിയിൽ ആളൊഴിഞ്ഞ ഒരു ബെഞ്ച്. ഹാവൂ ഭാഗ്യം. അതു മുതലെടുത്ത് അവൾ ഇരുന്നു.

"അങ്ങനെ അവസാനം നമുക്ക് റൊസ്റ്റോവിലേക്കു പോകാനാവും, അല്ലേ?"

"എന്നു തോന്നുന്നില്ല" മാഷ പറഞ്ഞു.

"മോസ്ക്വാ നദിയിലെ ബോട്ടുയാത്ര?"

"അന്വേഷിക്കാം..."

"അതിനൊന്നും പറ്റിയില്ലെങ്കിലെന്താ? നമുക്ക് മോസ്കോവിൽത്തന്നെ താമസിക്കാം. ഇവിടെ ചിലതൊക്കെ വീണ്ടും കാണേണ്ടതുണ്ട്."

"അതെ, എന്തായാലും അതൊക്കെ വീണ്ടും കാണാമല്ലോ."

കണ്ടതുതന്നെ വീണ്ടും കാണുക. ആ പരിപാടി അത്യന്തം ആഹ്ലാദകരമായിരുന്ന ഒരു കാലമുണ്ടായിരുന്നു; അന്ന് തനിക്ക് നാല്പതു വയസ്സു കാണും. അതിനു മുമ്പ് പുത്തൻ കാഴ്ചകളോടായിരുന്നു ഭ്രമം, ഇന്നത്തെപ്പോലെ. ഇനിയും ഏതാനും വർഷങ്ങളുടെ ആയുസ്സേ ബാക്കിയുള്ളൂ. ദിനംപ്രതി റെഡ് സ്ക്വയറിലേക്കു പോവുക, അവിടെത്തന്നെ പിന്നേയും പിന്നേയും നടക്കുക, അത് സമയം പാഴാക്കലാണ്. സമ്മതിച്ചു, റെഡ് സ്ക്വയർ അത്യദ്ഭുതകരമായ ചത്വരമാണ്. മൂന്നു വർഷം മുമ്പ് ആദ്യമായി കണ്ടപ്പോൾ അനിർവചനീയമായ അനുഭൂതി തോന്നി. ഇത്തവണയും ആദ്യത്തെ ദിവസം അങ്ങനെത്തന്നെ. പക്ഷേ ഇപ്പോൾ അതു നികോളിനു പരിചയമുള്ള സ്ഥലമാണ്, പുതുമയില്ല. അവരുടെ ആദ്യസന്ദർശനവും ഇത്തവണത്തെ സന്ദർശനവും തമ്മിൽ വലിയ വ്യത്യാസങ്ങൾ ഉണ്ട്. 1960ൽ എല്ലാം പുതിയ അനുഭവങ്ങളായിരുന്നു, ഇത്തവണയോ ഒരൊറ്റൊന്നിനു പോലും ആ പുതുമയില്ല. ഒരു വേള അതാവുമോ തന്റെ നേരിയ ഇച്ഛാഭംഗത്തിനു കാരണം?

"വൈകുന്നേരം നമ്മളെങ്ങോട്ടാണ് പോകുന്നത്?" നികോൾ ചോദിച്ചു.

“ഇവിടെത്തന്നെ ആയാലെന്താ?” ആൻഡ്രേയുടെ മറുചോദ്യം

“ഈ ബെഞ്ചിലോ, രാത്രി വൈകുംവരെ?”

ഇത്തവണ അവർക്ക് വൈകുന്നേരങ്ങൾ എവിടെ ചെലവഴിക്കണമെന്നൊരു രൂപവുമില്ല. യൂറി നല്ലവനായിരുന്നു, പക്ഷേ ഫ്രഞ്ച് അറിഞ്ഞുകൂടാ, അതിനാൽ പരിമിതമായ സമ്പർക്കമേ പുലർത്താനായുള്ളൂ. അയാൾ സ്വന്തം മുറിയിലിരുന്നാണ് ജോലി ചെയ്തിരുന്നത്, വാസിലി അവന്റെ മുറിയിലും അവരെ രണ്ടുപേരേയും ശല്യം ചെയ്യാതിരിക്കാൻ ആൻഡ്രേയും നികോളും മാഷയും പതിഞ്ഞ സ്വരത്തിലാണ് സംസാരിച്ചിരുന്നത്. എന്നിട്ടും അവർക്കു തോന്നി തങ്ങളവരെ ശല്യപ്പെടുത്തുന്നെന്ന്. ഹോട്ടൽ റൂം അത്ര സുഖപ്രദമായിരുന്നില്ല. മൂന്നു വർഷത്തെ ഇടവേളയിൽ ഒരുപാടു കഫേകൾ ഉയർന്നു വന്നിരുന്നു. ചില്ലുഗ്ലാസു കൊണ്ടു പകുത്തവ. പുറമെ നിന്നു നോക്കിയാൽ വലിയ തെറ്റില്ലെങ്കിലും അകത്തു കടന്നാൽ ചന്ത പോലാണ്. മനസ്സു തുറന്നു സംസാരിക്കാനുള്ള സൗകര്യമില്ല. എന്തായാലും ഇതിനകം അവയൊക്കെ അടച്ചുംകാണും. അപ്പോൾ പിന്നെ മെട്രോ സ്റ്റേഷനടുത്ത് ഡീസലിന്റെ മണമടിക്കുന്ന ഈ ചത്വരത്തിൽ, ഈ ബെഞ്ചിൽ?

“അതെന്താ, ഒരു തരക്കേടുമില്ല. മാത്രമല്ല, കാറ്റിന് തളിരിലകളുടെ മണമുണ്ട്” ആൻഡ്രേ പറഞ്ഞു.

അതങ്ങനെയാണ്, എവിടെയായാലും ആൻഡ്രേയ്ക്ക് അതൊരു പ്രശ്നമേയല്ല. മാത്രമല്ല ഫ്ളാനൽ സൂട്ട് ധരിച്ചിരിക്കുന്നതിനാൽ ആൻഡ്രേയ്ക്ക് തണുക്കുന്നുമില്ല. താപനില പത്തു ഡിഗ്രി സെൽഷിയസിനു മുകളിലായാൽ മാഷയ്ക്ക് ചൂടെടുത്തു തുടങ്ങും. നനുത്ത പട്ടുടുപ്പു ധരിച്ച നികോൾ തണുത്തു വിറക്കുകയാണ്. മാത്രവുമല്ല, രാത്രി വൈകുന്നതുവരെ അഗതികളായ അഭയാർത്ഥികളെപ്പോലെ ഈ ബെഞ്ചിലിരിക്കുകയോ?

“എനിക്കു തണുക്കുന്നു.”

“നമുക്ക് നാഷണൽ ബാറിലേക്കു പോകാം.” മാഷ അഭിപ്രായപ്പെട്ടു.

“അതു നന്ന്.”

പുലരുന്നതു വരെ തുറന്നിരിക്കുന്ന ബാറാണത്. വിസ്കിയും അമേരിക്കൻ സിഗരറ്റുകളും ലഭിക്കും വിദേശ കറൻസിയിൽ പണം നൽകുകയുമാവാം. അവിടെ ഉച്ചഭക്ഷണം കഴിച്ച അന്നുതന്നെ നികോൾ ഇക്കാര്യം ആൻഡ്രേയോടും മാഷയോടും പറഞ്ഞതാണ്. അന്നവർ പ്രതികരിച്ചതേയില്ല. പക്ഷേ മാഷ അക്കാര്യം മനസ്സിൽ കുറിച്ചിട്ടെന്നു തോന്നുന്നു, വേണ്ടസമയത്ത് ഓർത്തെടുത്തല്ലോ. അവരെഴുന്നേറ്റു.

“ദൂരമുണ്ടോ?”

“അരമണിക്കൂർ നടക്കാനുണ്ട്. അല്ലെങ്കിൽ നമുക്ക് ടാക്സി വിളിക്കാം.” മാഷ പറഞ്ഞു.

സിമോൺ ദ ബുവ

നിക്കോളിന് ടാക്സി വേണമെന്നുണ്ടായിരുന്നു. കാലുകൾ വല്ലാതെ കഴയ്ക്കുന്നു, പൊതുവെ ടാക്സി കിട്ടാൻ എളുപ്പമാണ്, 1963ൽ ഉണ്ടായിരുന്നതിന്റെ ഇരട്ടി ടാക്സികളുണ്ടിപ്പോൾ. ഈ സമയത്തും എത്രയെത്ര ടാക്സികളാണ് പ്രതീക്ഷയുണർത്തും വിധം പച്ചവെളിച്ചം തെളിയിച്ചുകൊണ്ട് കടന്നുപോകുന്നത്, പക്ഷേ എത്ര ശ്രമിച്ചിട്ടും ഒന്നു പോലും നിർത്തുന്നില്ല; വലിയ അവെന്യൂകളിൽ നിർത്താൻ വിലക്കുണ്ടായിരുന്നതുകൊണ്ടാവാം. ഏറ്റവും അടുത്തുള്ള ടാക്സി സ്റ്റാന്റ് അല്പം ദൂരെയാണ്. അവിടെ ആവശ്യക്കാരുടെ നീണ്ട ക്യൂ കാണും, വണ്ടികൾ ഉണ്ടായെന്നും വരില്ല. ഒരുപാടു നടക്കുക, ബെഞ്ചിലിരിക്കുക ഇതൊക്കെ കഠിനശിക്ഷകളാണ്. പക്ഷേ ഇതൊക്കെ വിദേശീയരെ സംബന്ധിച്ചേടത്തോളം എളിമയുടെ ലക്ഷണങ്ങളാണ്. മോസ്കോ നഗരം അവിടത്തെ നിവാസികൾക്കു കൊള്ളാം, സന്ദർശകർക്കല്ല. മാഷയ്ക്ക് വേറെ എവിടേയും താമസമുറപ്പിക്കാൻ ഇഷ്ടമില്ല, പ്രത്യേകിച്ച് പാരീസിൽ. (അതു വല്ലാത്തൊരു അദ്ഭുതം തന്നെ). ഒരുവേള ഈ മൂന്നു വർഷത്തിനകം ഞാനങ്ങ് വല്ലാതെ വൃദ്ധയായോ, നിക്കോൾ സ്വയം ചോദിച്ചു പോയി, അസൗകര്യങ്ങളുമായി പൊരുത്തപ്പെടാനാവുന്നില്ല. ഈ സ്ഥിതി പോകപ്പോകെ വഷളാവുകയേയുള്ളൂ.

"വാർദ്ധക്യത്തിന്റെ പൂക്കാലത്തിലല്ലേ നമ്മൾ?"

"പൂക്കാലം പോലും മുൾക്കാലമാവാനാണ് സാധ്യത. ഞാനങ്ങ് വല്ലാതെ ക്ഷീണിച്ചു വീഴാറായി."

"ഇതാ എത്തിപ്പോയി."

"വയസ്സാവുന്നത്, അത്ര തമാശയല്ല."

മാഷ അവളുടെ കൈകളിൽ പിടിച്ചു.

"ആരു പറഞ്ഞു നിങ്ങൾക്കു വയസ്സായെന്ന്? നിങ്ങളിരുവരും ഇപ്പോഴും ചെറുപ്പമാണ്."

പലരും നിക്കോളിനോടു പറഞ്ഞിട്ടുള്ളതാണ് നിങ്ങളെ കണ്ടാൽ പ്രായം തോന്നിക്കുകയേയില്ല. നിങ്ങൾക്ക് ഇപ്പഴും ചെറുപ്പമാണ്.

ദ്വയാർത്ഥമുള്ള അഭിനന്ദനങ്ങൾ. വരാനിരിക്കുന്ന ദുഃഖമയമായ കാലത്തിന്റെ സൂചനകൾ. ചെറുപ്പമായിരിക്കുക എന്നാൽ ഊർജ്ജസ്വലത, ആഹ്ലാദം, ആത്മവിശ്വാസം എന്നൊക്കെയാണ്. വൃദ്ധരെ കാത്തിരിക്കുന്നതോ പതിവുദിനചര്യകൾ, മ്ലാനത, ജരാനരകൾ. പലരും പറയുന്നു വാർദ്ധക്യം എന്നൊന്നില്ലെന്ന്, മറ്റു ചിലരോ വാർദ്ധക്യം സുന്ദരമാണ്, ഹൃദയസ്പർശിയാണ് എന്നൊക്കെയും. പക്ഷേ വാർദ്ധക്യത്തെ നേരിടേണ്ടി വരുമ്പോൾ അവരതിനെ സമർത്ഥമായി നുണകൾ കൊണ്ടു മൂടിമറയ്ക്കും. മാഷ പറഞ്ഞു, "നിങ്ങൾക്കു ചെറുപ്പമാണ്." പക്ഷേ അവൾ നിക്കോളിന്റെ കൈ പിടിച്ചു സഹായിച്ചു. ശരിക്കു നോക്കിയാൽ ഇവിടെ എത്തിയതുമുതൽ മാഷയുടെ സാന്നിദ്ധ്യമാണ് നിക്കോളിനെ സ്വന്തം

പ്രായത്തെക്കുറിച്ച് കൂടുതൽ ബോധവതിയാക്കുന്നത്. ഒരു നാല്പതു കാരിയുടെ രൂപച്ഛായയിൽ കുരുങ്ങിക്കിടക്കുകയാണ് താനെന്ന് നികോ ളിനു മനസ്സിലാവുന്നുണ്ട്. ഊർജ്ജസ്വലയായ മാഷയിൽ അവൾ തന്നെ ത്താൻ കാണുന്നു, മാഷയിൽ നിന്ന് അനുഭവജ്ഞാനത്തിന്റേയും ആധികാരികതയുടേയും പ്രസരണമുണ്ട്. നികോളിനെപ്പോലെ പക്വമതി യുമാണ്. അവർ സമനിലക്കാരാണ്. അങ്ങനെയിരിക്കെ, പൊടുന്നനെ, ഒരു അംഗവിക്ഷേപം, സ്വരമാറ്റം, അഥവാ കരുതലോടുള്ള പ്രവൃത്തി, അതു മതി, തങ്ങൾ തമ്മിൽ 20 വർഷങ്ങളുടെ വിടവുണ്ടെന്ന്, താൻ അറുപതുകാരിയാണെന്ന് നികോളിനെ ഓർമിപ്പിക്കാൻ.

"എന്തൊരു തിരക്ക്" ആൻഡ്രേ പറഞ്ഞു. ബാറിനകം പുകമയം, ശബ്ദായമാനം. അത്യുച്ചത്തിൽ പൊട്ടിച്ചിരിക്കുന്ന അമേരിക്കൻ യുവാക്കൾ. ഉച്ചത്തിൽ ഫലിതം പറയുന്ന മധ്യവയ്സകരായ ഫ്രഞ്ചുകാർ. മറ്റൊരിട ത്ത് പശ്ചിമജർമൻകാർ. അവരുടെ കറൻസിയും ഇവിടെ സ്വീകാര്യം. ആരൊക്കെയോ ഉച്ചത്തിൽ സംഘഗാനം പാടുന്നു. ആ ബഹളമയമായ കൂട്ടങ്ങൾക്കിടയിൽ ആരോ തിരുകി വെച്ചപോലെ ഒരു ഒഴിഞ്ഞ മേശ. ജാസ് സംഗീതം ആരുടേയും ചെവിയിൽ വീണില്ല. എന്തൊക്കെയായാലും വിസ്കിയുടെ രുചി, ആൻഡ്രേയും ഫിലിപ്പുമൊത്തുള്ള പാരീസ് സായാ ഹ്നങ്ങളുടെ രുചി, വീണ്ടും കണ്ടെടുക്കാനായത് ആസ്വാദ്യകരമായി. (ഇതി നകത്ത് വല്ലാത്ത ചൂട്; മോപാർണയിലെ ടെറസ് കഫേ എത്രയോ ഭേദം)

"പാശ്ചാത്യലോകത്ത് തിരിച്ചെത്തിയതിൽ സന്തോഷം തോന്നു ന്നില്ലേ?"

"ഉവ്വ്, കുറച്ച് നേരത്തേക്കാണെങ്കിലും." ആൻഡ്രേ പറഞ്ഞു.

യാത്ര പുറപ്പെടുംമുമ്പ് ആൻഡ്രേ ആരോടും പറഞ്ഞിരുന്നില്ല, ആരേയും അറിയിച്ചിരുന്നില്ല, ആർക്കും എഴുതിയുമില്ല. നികോൾ ഫിലിപ്പിനെഴു തിയ എഴുത്തിൽ അവസാനഭാഗത്ത് രണ്ടു വരി കുറിച്ചതേയുള്ളൂ. വാശിയോടെ നിത്യേന രാവിലെ രണ്ടു ദിവസം പഴക്കമുള്ള ഫ്രഞ്ചു പത്രം വാങ്ങിക്കുന്ന അവൾ അയാൾക്കൊരു തമാശ. യാത്ര പോകുമ്പോഴൊക്കെ അയാളങ്ങനെയാണ്, എത്ര പെട്ടെന്നാണ് പാരീസിനെ മറന്നു കളയുന്നത്, അവിടെ വേരുകളില്ലാത്തപ്പോലെ. പക്ഷേ നികോളിനതു പോലല്ല.

"ചുമ്മാ നേരം കളയാനായി എത്തുന്നവർ അവരുടെ വിരുന്നുസൽക്കാ രത്തിന് ഒരു ചിട്ടയും കാണില്ല, ആകെ ബഹളമയം തന്നെ." ആൻഡ്രേ പരാതിപ്പെട്ടു

"എന്നാൽ നമുക്കങ്ങു പോയേക്കാം."

"അയ്യോ വേണ്ട, അതു വേണ്ട."

നികോളിനെ സന്തോഷിപ്പിക്കാൻ വേണ്ടി മാത്രമാണ് ആൻഡ്രേ വന്നത്. പക്ഷേ ഇനിയൊരിക്കലും അയാളിവിടേക്കു വരില്ല. മാഷയും

വരില്ല, അവൾ ആകെ അസ്വസ്ഥയാണ്. (അണിഞ്ഞൊരുങ്ങി ഭാഗ്യപരീക്ഷണത്തിനെത്തിയതെന്നു തോന്നിക്കുന്ന രണ്ടു സ്ത്രീകളല്ലാതെ ഇവിടെ വേറെ റഷ്യക്കാർ ആരുമില്ല). എന്നാലും പുറംലോകത്തിലേക്കു തുറക്കുന്ന, അഥവാ എത്തിനോക്കാവുന്ന സുഖദമായ ഒരു കിളിവാതിലാണിത്. നല്ല പൊക്കവും ഇരുണ്ട നിറവുമുള്ള ഒരു വ്യക്തി നൃത്തം ചെയ്യാൻ തുടങ്ങിയിരിക്കുന്നു, മറ്റുള്ളവർ കൈയടിച്ച് താളം പിടിച്ച് പ്രോത്സാഹിപ്പിക്കുന്നു.

"അയാൾ നന്നായി ഡാൻസു ചെയ്യുന്നുണ്ട്." നികോൾ പറഞ്ഞു.

"അതെ."

ആൻദ്രേ അന്യമനസ്കനായി കാണപ്പെട്ടു. കുറച്ചു ദിവസമായി മറ്റൊരു ശീലവും തുടങ്ങിയിരിക്കുന്നു കവിളിൽ, മോണയോട് ചേർത്ത് വിരലമർത്തി വെക്കുക. അല്പം നീരസത്തോടെ അവൾ ചോദിച്ചു

"എന്താ നിനക്ക് പല്ലുവേദനയുണ്ടോ, എങ്കിൽ പോയി ഡെന്റിസ്റ്റിനെ കാണാം."

"ഇല്ലില്ല, എനിക്കു വേദനയൊന്നുമില്ല."

"പിന്നെന്തിനാ ഏതുനേരവും കവിളിൽ വിരലമർത്തി വെച്ചിരിക്കുന്നത്?"

"വേദനയില്ലെന്ന് ഉറപ്പു വരുത്തുകയാണ്."

അതങ്ങനെയാണ്. മുമ്പൊരിക്കൽ ഇതുപോലെ ദിവസേന ഇരുപതു തവണ കൈത്തണ്ടയിലെ വാച്ചിൽ ഉറ്റുനോക്കിക്കൊണ്ട് പൾസ് നോക്കുമായിരുന്നു. കൊച്ചു കൊച്ചു പിടിവാശികൾ. ഗൗരവമുള്ളതല്ല, പക്ഷേ അതൊക്കെ എന്തിന്റേയോ സൂചനയാണ്. എന്തിന്റെ സൂചന? കറങ്ങിത്തിരിഞ്ഞ് ജീവിതം നിലയ്ക്കാൻ പോകുന്നതിന്റെ ഒരു വളവിനപ്പുറം ജരാനരകളുടെ ലോകം ദാ, ഇങ്ങെത്തിപ്പോയി എന്നോ? വാർദ്ധക്യം ലറൗസ് നിഘണ്ടുവിലെ നിർവചനം അവൾക്കു ഹൃദിസ്ഥമാണ്, പക്ഷേ അതിലെ അസമാനതകളും അവളുടെ ശ്രദ്ധയിൽ പെട്ടു. യുവത്വം പ്രസരിപ്പാണ്, വാർദ്ധക്യമെന്നത് തളർച്ചയാണ് പ്രായാധിക്യം കൊണ്ട് ശരീരവും മനസ്സും തളരുന്നത്.

ഉച്ചയൂണു കഴിഞ്ഞതും യൂറിയും നികോളും സ്ഥലം വിട്ടു. ആൻദ്രേ മാഷയോടൊപ്പം റഷ്യൻഭാഷ പഠിക്കാനിരുന്നു. അല്പസമയത്തിനകം കൈകൾ വോഡ്കയിലേക്കു നീളുകയും ചെയ്തു.

"മതി ഇന്നത്തേക്ക് ഇത്രയും മതി" അയാൾ നിരാശയോടെ പറഞ്ഞു "എനിക്ക് ഓർമശക്തി നഷ്ടപ്പെട്ടിരിക്കുന്നു."

"ഹേയ് അങ്ങനെയല്ല, വളരെ നന്നായിത്തന്നെ ചെയ്യുന്നുണ്ടല്ലോ."

"പഠിച്ചതൊന്നും തലയിൽ നിൽക്കുന്നില്ല, എല്ലാം മറന്നുപോകുന്നു."

അയാൾ ഒരു ഇറക്ക് വോഡ്കാ അകത്താക്കി.

മാഷ നിഷേധഭാവത്തിൽ തലയാട്ടിക്കൊണ്ട് പറഞ്ഞു: "ഈ സ്റ്റൈലിൽ കുടിക്കാൻ എനിക്കാവില്ല." അവൾ ഒരൊറ്റ വലിക്ക് ഗ്ലാസ് കാലിയാക്കി.

"ശരിയാണ്, ഒരു മാസം കൊണ്ട് ഒരു ഭാഷ പഠിക്കുകയെന്നൊക്കെ പറയുന്നത് പരിഹാസ്യമാണ്." ആൻഡ്രേ പിൻവലിയുകയാണ്.

"എന്തിനു ഒരു മാസത്തിൽ നിർത്തണം? നിങ്ങൾക്ക് പാരീസിൽ പ്രത്യേകിച്ചൊന്നും ചെയ്യാനില്ലല്ലോ, ഉണ്ടോ?"

"ഇല്ല, ഒന്നുമില്ല."

"എങ്കിപ്പിന്നെ കുറച്ചു ദിവസം കൂടി ഇവിടെ താമസിക്കൂ."

"എന്തുകൊണ്ട് പാടില്ല? ഞാനിന്നുതന്നെ നികോളിനോടു സംസാരിക്കാം."

വേനൽക്കാലദിനങ്ങളിൽ മോസ്കോ ഉത്സാഹഭരിതമാണ്. ടാപ് ബിയറും ക്വാസ് എന്ന പുളിച്ച കള്ളും വിൽക്കുന്ന വഴിയോരക്കച്ചവടക്കാർക്കു ചുറ്റും തിക്കിത്തിരക്കുന്ന ആൾക്കൂട്ടം. ഒരു കോപെകിനു ഒരു ഗ്ലാസ് കുടിവെള്ളവും മൂന്നു കോപെകിന് പഴരസത്തിന്റെ സ്വാദുള്ള സോഡയും നൽകുന്ന ഓട്ടോമാറ്റിക് മെഷീനുകൾക്കു ചുറ്റും ഏറെ തിരക്ക്. എല്ലാ വരുടേയും മുഖങ്ങളിൽ ആഹ്ലാദം. ആൻഡ്രേ കണക്കുകൂട്ടിയതു പോലല്ല, അച്ചടക്കത്തിന്റെ ലക്ഷണങ്ങളൊന്നുമില്ല. തോന്നിയ രീതിയിൽ റോഡു മുറിച്ചുകടക്കുന്നു, ട്രാഫിക് ലൈറ്റ് പച്ചയായാലും ചുവപ്പായാലും ഒരേ നിസ്സംഗത. ഉച്ചഭക്ഷണസമയത്ത് യൂറിയുമായി നടത്തിയ സംഭാഷണത്തിലേക്ക് അയാളുടെ ചിന്തകൾ നീണ്ടു.

"യൂറിക്ക് എന്നെ വിശ്വസിപ്പിക്കാനായില്ല."

"പക്ഷേ യൂറി പറയുന്നതാണ് ശരി, ആ ഉറപ്പ് ഞാൻ തരാം." മാഷ യൂറിയെ പിന്താങ്ങി.

ഈയടുത്ത കാലത്ത് റെനോൾ കാർ കമ്പനിയുമായി ഒപ്പുവെച്ച കരാറുകളെപ്പറ്റി സംസാരിക്കുകയായിരുന്നു, അവർ. റോഡുകളും പൊതുഗതാഗതസംവിധാനങ്ങളും മെച്ചപ്പെടുത്താൻ മുതിരാതെ, 600,000 പ്രൈവറ്റ് കാറുകൾ നിർമിക്കാനാണ് സോവിയറ്റ് റഷ്യ ഉദ്ദേശിക്കുന്നതെന്ന വസ്തുത ആൻഡ്രേയ്ക്ക് വിശ്വസിക്കാനായതേയില്ല. പൊതുഗതാഗത സംവിധാനങ്ങൾക്ക് ഒരു തരക്കേടുമില്ലെന്ന് യൂറി. ജനങ്ങൾ ആവശ്യപ്പെടുമ്പോഴേ റോഡുകൾ നിർമിക്കേണ്ടതുള്ളൂ, അതിനു മുമ്പ് ആ പണി ചെയ്യുന്നത് കെടുകാര്യസ്ഥതയാണ്. കാറുകൾ വാങ്ങിക്കഴിഞ്ഞാൽ റോഡ് വേണമെന്നു ജനങ്ങൾ ബഹളം കൂട്ടും. സോഷ്യലിസ്റ്റ് രാഷ്ട്രങ്ങളിലെ പൗരന്മാർക്കും അല്ലറചില്ലറ സ്വകാര്യസന്തോഷങ്ങൾക്കുള്ള അവകാശമുണ്ട്. നിത്യോപയോഗവസ്തുക്കൾ നിർമിക്കാൻ ഗവണ്മെന്റ് കഠിന പ്രയത്നം ചെയ്യുന്നുണ്ട്; അതിനവരെ ശ്ലാഘിക്കേണ്ടതുണ്ട്.

"സ്വകാര്യസ്വത്തിന് കൂടുതൽ കൂടുതൽ ഇളവുകൾ നൽകിക്കൊണ്ട് സോഷ്യലിസം സൃഷ്ടിക്കാനാവുമെന്ന് നിങ്ങൾക്ക് തോന്നുന്നുണ്ടോ?"

"സോഷ്യലിസം ജനങ്ങൾക്കുവേണ്ടിയാണ്, മറിച്ചല്ല" മാഷ പറഞ്ഞു. "അവരുടെ ഹ്രസ്വകാലതാത്പര്യങ്ങളെപ്പറ്റിയും ചിന്തിക്കേണ്ടതുണ്ട്."

"അതെ, അതും വേണം."

സത്യത്തിൽ താൻ എന്താണ് കരുതിയത്? ജനങ്ങളുടെ താത്പര്യങ്ങൾ വ്യത്യസ്തമാണെന്നോ? ഭൗതികസ്വത്തുക്കളിൽ അവർക്ക് ആശാപാശമുണ്ടാവില്ലെന്നാണോ? സജീവവും സക്രിയവുമായ സോഷ്യലിസ്റ്റ് ആദർശങ്ങൾ, സഹജമായ മോഹങ്ങളെ തുടച്ചുമാറ്റിയിരിക്കുമെന്നാണോ?

"ചൈന പറയുന്നു, ഞങ്ങൾ പിന്മാറുകയാണെന്ന്, പിന്തിരിപ്പന്മാരാണെന്ന്. ശുദ്ധഅസംബന്ധം. മുതലാളിത്തവ്യവസ്ഥയിലേക്ക് തിരിച്ചുപോകുന്ന പ്രശ്നമേയില്ല. പക്ഷേ നിങ്ങളൊക്കെ ഒരു കാര്യം മനസ്സിലാക്കണം, സോവിയറ്റ് ജനതയുടെ ജീവിതത്തിൽ ഇന്നേവരെ ത്യാഗങ്ങളേ ഉണ്ടായിട്ടുള്ളൂ. യുദ്ധകാലത്ത്, വിപ്ലകാലത്ത്, അതിനുശേഷം പുനർനിർമാണഘട്ടത്തിൽ... ഇപ്പഴും അതു തീർന്നിട്ടില്ല തുടർന്നുകൊണ്ടേയിരിക്കുന്നു. അരയും തലയും മുറുക്കി, ഇത്തരത്തിൽ അരിഷ്ടിച്ച ജീവിതം എത്ര കാലമാണ് നയിക്കുക? അങ്ങനെ അനന്തമായി നീട്ടിക്കൊണ്ടുപോകാനാവില്ല."

"നിങ്ങളീപ്പറയുന്ന അരിഷ്ടിച്ച ജീവിതം, അത്രകണ്ട് ദുരിതമായി എനിക്കു തോന്നുന്നില്ല. ഫ്രാൻസിൽ എന്റെ ബാല്യകാലം ഇപ്പോൾ വാസ്സിലി നേരിടുന്നതിനേക്കാൾ കഷ്ടകരമായിരുന്നു, എന്റെ അമ്മയുടെ ജീവിതവും എളുപ്പമായിരുന്നില്ല. ഇന്ന് ഈ എൺപത്തിമൂന്നാം വയസ്സിൽ എത്രത്തോളം സന്തോഷിക്കാമോ അത്രത്തോളം അവർ സന്തുഷ്ടയാണെങ്കിൽ അതിനു കാരണം അവർക്ക് പരിമിതമായ ആവശ്യങ്ങളേയുള്ളൂ എന്നതാണ്."

"അതെന്താ? എൺപത്തിമൂന്നാം വയസ്സിൽ എത്രത്തോളം സന്തോഷിക്കാമോ എന്നു പറയുന്നത്? നീണ്ട, സമ്പൂർണമായ ജീവിതം നയിച്ചുവെന്ന സംതൃപ്തി തീർച്ചയായും ഉണ്ടായിരിക്കും."

മാഷ മനഃപൂർവം സംഭാഷണം വഴി തിരിച്ചു വിടുകയാണ്. താൻ സ്വന്തമെന്നു കരുതുന്ന ഈ ദേശത്തെപ്പറ്റി ആൻഡ്രേയോടു തർക്കിക്കാൻ അവളിഷ്ടപ്പെടുന്നില്ല. ആൻഡ്രേ ഈ ദേശത്തെ ഇകഴ്ത്തിയാലും പുകഴ്ത്തിയാലും അവൾക്കതു കേൾക്കാനുള്ള ക്ഷമയില്ല.

"നിങ്ങളൊക്കെ വസ്തുതകളെ കേവലം വസ്തുതകളായി മാത്രം കാണുന്നു." അവൾ പലപ്പോഴും പറയാറുള്ളതാണ്.

അയാൾ ആ വിഷയം വിട്ടു.

“എൺപത്തിമൂന്നിലെത്തിയാൽ പിന്നെ ഭാവിയില്ല, വർത്തമാനത്തിന്റെ സകലമാന ചാരുതയും അതോടെ അവസാനിക്കുന്നു.”

“അത്രയും കാലം ജീവിക്കാനായാൽ ഞാനെന്റെ കഥ പറഞ്ഞു സമയം ചെലവിടും. എൺപത്തിമൂന്നു വർഷം പിന്നിടുക? ആഹാ? എത്ര അദ്ഭുതകരമായിരിക്കും അത്.”

“ഇക്കാലത്തിനിടയ്ക്ക് ഞാനും കുറെയേറെ കണ്ടിട്ടുണ്ട്. പക്ഷേ അതിലെന്തു ശേഷിപ്പുണ്ട്?”

“ഒരുപാടുണ്ട്. നിങ്ങൾ ഇന്നലെ പറഞ്ഞതൊക്കെ. കമ്യൂണിസ്റ്റ് സംഘടനകൾ, അവിഞ്ഞ്യോണിലെ തെരഞ്ഞെടുപ്പുകലഹങ്ങൾ...”

“അതൊക്കെ പറയാമെന്നല്ലാതെ ഒന്നും ശരിക്ക്, കൃത്യമായി ഓർമ കിട്ടുന്നില്ല.”

ഭൂതകാലം ഒരു ഭൂപ്രദേശമായിരുന്നെങ്കിൽ, അവിടെ നമുക്ക് ഇഷ്ടാനുസാരം വിഹരിക്കാനായിരുന്നെങ്കിൽ, നടന്നു തീർത്ത വളഞ്ഞുപുളഞ്ഞ വഴികളും ഇടവഴികളും വീണ്ടും കണ്ടെത്താനായെങ്കിൽ, മുന്നോട്ടു പോയതും തിരികെവന്നതും ചുറ്റിക്കറങ്ങിയതുമായ വഴികൾ മനസ്സിലാക്കാനായെങ്കിൽ? പക്ഷേ അങ്ങനെയൊന്നും ചെയ്യാനാകുന്നില്ല. സ്ഥലപേരുകളും തിയ്യതികളും ഓർത്തെടുക്കാനാകുന്നുണ്ട്, എല്ലാം കാണാപാഠം പഠിച്ച സ്കൂൾ കുട്ടിയെപ്പോലെ. എന്തൊക്കെയോ അറിയാം. വികൃതമായ, മങ്ങിപ്പോയ ചിത്രങ്ങൾ. ചരിത്രപുസ്തകത്തിലെന്നപോലെ നിശ്ചലചിത്രങ്ങൾ. പലപ്പോഴും അവ പൊടുന്നനെ, അടുക്കും ചിട്ടയുമില്ലാതെ മനസ്സിൽ പൊന്തിവരും, വിവർണമായ പശ്ചാത്തലത്തിൽ.

“വയസ്സാവുകയെന്നത് അനുഭവസമ്പന്നനാവുക എന്നുമാണ്.” മാഷ തുടർന്നു: “ദേ നോക്ക്, ഇരുപതുവയസ്സിനേക്കാൾ അനുഭവസമ്പന്നയാണ് ഞാനിപ്പോൾ. നിങ്ങൾക്കും അങ്ങനെ തോന്നുന്നില്ലേ?”

“ഒരല്പം, പക്ഷേ എന്റെ കാര്യത്തിലങ്ങനെയല്ല. നേടിയതിനേക്കാളേറെ എനിക്ക് നഷ്ടമായി.”

“എന്താ നഷ്ടമായത്?”

“യൗവനം.”

അയാൾ വീണ്ടും ഗ്ലാസ്സിലേക്ക് വോഡ്ക പകർന്നു. ഇത് മൂന്നാമത്തേതോ, നാലാമത്തേതോ?

“പക്ഷേ എനിക്ക് ചെറുപ്പമായിരിക്കുന്നത് തീരെ ഇഷ്ടമില്ലാത്ത കാര്യമായിരുന്നു.” മാഷ പറഞ്ഞു.

അതീവഖേദത്തോടെ അയാൾ മകളെ നോക്കി. താനവൾക്ക് ജന്മം നൽകി, എന്നിട്ട് അവളെ കൈവിട്ടു കളഞ്ഞു വിവേകശൂന്യയായ അമ്മയ്ക്കും രണ്ടാനച്ഛനായ ഒരംബാസഡർക്കുമൊപ്പം.

“അന്നൊക്കെ സ്വന്തം അച്ഛൻ കൂടെയില്ലാത്തതിൽ നിനക്ക് വിഷമം തോന്നിയിരുന്നോ?”

അവൾ അല്പമൊന്ന് മടിച്ചു; എന്നിട്ടു പറഞ്ഞു "അങ്ങനെ പ്രത്യേകിച്ചൊരു നഷ്ടബോധം തോന്നിയിട്ടില്ല. പക്ഷേ എനിക്ക് ഭാവിയെക്കുറിച്ചായിരുന്നു കൂടുതൽ ചിന്ത. ആ ചുറ്റുവട്ടത്തുനിന്ന് പുറത്തു കടക്കണമെന്ന ചിന്ത. വിവാഹം സഫലമാകണമെന്ന ചിന്ത. വാസ്സിലിയെ ശരിയായ രീതിയിൽ വളർത്തിക്കൊണ്ടു വരണമെന്ന ചിന്ത. പ്രയോജനകരമായ എന്തെങ്കിലുമൊക്കെ ചെയ്യണമെന്ന ചിന്ത. പിന്നെ കുറെക്കൂടി പക്വത വന്നപ്പോൾ... അതെങ്ങനെ പറയണമെന്നെനിക്കറിയില്ല എന്റെ വേരുകൾ ആവശ്യമാണെന്നു വന്നു. ഭൂതകാലത്തിന് പ്രാധാന്യമുണ്ട്. അതായത് ഫ്രാൻസ്, പിന്നെ നിങ്ങൾ..."

മകൾ അച്ഛനെ നോക്കി, വിശ്വാസത്തോടെ, അത് അയാളിൽ കുറ്റബോധമുണർത്തി. ഭൂതകാലത്തെച്ചൊല്ലി മാത്രമല്ല, ആ നിമിഷം ഒരച്ഛനെന്ന നിലയ്ക്ക് കൂടുതൽ പ്രതിഭാശാലിയായ ഒരു വ്യക്തിയെ നൽകാനായില്ലല്ലോ എന്നോർത്ത്.

"ഒരു തരത്തിൽ നോക്കിയാൽ ഞാനിപ്പോൾ വറ്റിവരണ്ട നിലയിലാണ് അതുകണ്ട് നിനക്ക് നിരാശ തോന്നുന്നില്ലേ?"

"ഒട്ടുമേയില്ല. നിങ്ങൾക്കു മുന്നിൽ ഇനിയും എത്രയോ വർഷങ്ങൾ നീണ്ടു കിടക്കുന്നുണ്ടല്ലോ."

"ഇല്ല, ഇനിയും കാര്യമായിട്ടൊന്നും എനിക്ക് സൃഷ്ടിക്കാനാവില്ലെന്നതാണ് വസ്തുത. ഒരുവേള പാരീസിൽ നിന്നു വിട്ടുനിന്നാൽ പറ്റുമായിരിക്കും. പക്ഷേ നിക്കോളിന് പാരീസിലല്ലാതെ വേറെ എവിടേയും താമസിക്കാനാവില്ല. ഫിലിപ്പിൽ നിന്ന് ഏറെ അകന്നു നിൽക്കാനുമാവില്ല."

അയാളിതേപ്പറ്റി അവളോട് ഫലിതം പറഞ്ഞിരുന്നു, അവളും തമാശയായിട്ടുതന്നെ മറുപടി നൽകി "നീയും എന്നെപ്പോലെ ബോറടിച്ചു ചത്തുപോകും."

ഇല്ല, അങ്ങനെ വരില്ല. അയാൾ പലപ്പോഴും അതേക്കുറിച്ച് ചിന്തിച്ചിട്ടുണ്ട്. അമ്മ ജീവിച്ചിരിപ്പുണ്ടെന്നത് അയാൾക്കൊരു ഭാരമായിട്ടു തോന്നിയിട്ടേയില്ല. അമ്മയും അവരെ ശല്യം ചെയ്യുന്ന കൂട്ടത്തിലല്ല. നാട്ടിൻ പുറത്ത് പലതും ചെയ്യാനാകും വീട്ടിലെ തോട്ടത്തിൽ പണിയെടുക്കാം, മീൻ പിടിക്കാൻ പോകാം. നിക്കോളിനോടൊപ്പം കുറ്റിക്കാടുകളിൽ അലഞ്ഞുതിരിയാം, വല്ലതും വായിക്കാം, വെറുതെ കിടന്ന് സമയം പാഴാക്കാം, അതുമല്ലെങ്കിൽ ഒരുവേള എന്തെങ്കിലും എഴുതുകയും ചെയ്യാം. ഒരുവേള... അതെ ഒരുവേള. ഇതൊരവസരമാണ്. പാരീസിൽ ഇതൊന്നും ചെയ്യാനാവില്ല.

"അതൊക്കെ പോട്ടെ, അതൊന്നും കാര്യമാക്കണ്ട. നിക്കോളിന്റെ അഭിപ്രായം തന്നെ എന്റേയും. നിങ്ങൾ ഇഷ്ടപ്പടി ജീവിക്കണം."

"അതാണവളുടെ അഭിപ്രായമെന്ന് എനിക്കുറപ്പില്ല. നീ തന്നേയല്ലേ പറഞ്ഞത് അത് കഷ്ടമാണെന്ന്?"

"അതു വെറും പറച്ചിലല്ലേ?"

അവൾ കുനിഞ്ഞ് അയാളുടെ നെറ്റയിൽ ഉമ്മ വെച്ചു.

"നിങ്ങൾ എങ്ങനെയാണോ, അങ്ങനെത്തന്നെ എനിക്ക് നിങ്ങളെ ഇഷ്ടമാണ്."

"എങ്ങനെയാണോ എന്നു വെച്ചാൽ?"

"ഓഹോ, സ്തുതിഗീതം കേൾക്കാനാണോ? ശരി, 1960ൽ എനിക്കു തോന്നിയത് അതിന്നും സത്യമാണ് കേട്ടോ. മറ്റുള്ളവർക്കായി സ്വയം സമർപ്പിക്കുന്നുണ്ടെങ്കിലും നിങ്ങൾ നിങ്ങളായിത്തന്നെ നിലനിൽക്കുന്നു. എന്റെ ഓരോ കാര്യത്തിലും നിങ്ങൾ പ്രകടിപ്പിക്കുന്ന ശുഷ്കാന്തി, സൂക്ഷ്മത അതാണ് പ്രധാനം. നിങ്ങൾ ആഹ്ലാദവാനും ബുദ്ധിമാനുമാണ്. നിങ്ങൾക്കു ചെറുപ്പമാണ്, ഞാനീ പറയുന്നതു സത്യമാണ്, എനിക്കറിയാവുന്ന മറ്റെല്ലാവരേയുക്കാൾ ചെറുപ്പമാണ് നിങ്ങൾ. നിങ്ങൾക്ക് ഒന്നും നഷ്ടപ്പെട്ടിട്ടില്ല."

"കൊള്ളാം, നിനക്ക് എന്നെ പ്രതി ഇത്രയും സന്തോഷമുണ്ടെന്നു വരുകിൽ..."

അയാൾ ചിരിച്ചു, പക്ഷേ അയാൾക്കു നന്നായറിയാമായിരുന്നു, ഓജസ്സ്, കരുത്ത് അങ്ങനെ എന്തോ ചിലതൊക്കെ തനിക്ക് നഷ്ടമായിട്ടുണ്ടെന്നുറപ്പ്. ഇറ്റലിക്കാർക്ക് അതിന് ഒരു നല്ല വാക്കുണ്ട് സ്റ്റാമിന. അയാൾ ഗ്ലാസ് കാലിയാക്കി. സ്റ്റാമിന നഷ്ടമായതുകൊണ്ടാവാം മദ്യത്തിന്റെ സുഖദമായ ഇളംചൂടിൽ അയാൾ ഒരല്പം അഭയം തേടിയത്. അല്പമല്ല ഒരുപാടധികം എന്നാണ് നികോൾ പറഞ്ഞത്? നമ്മുടെ ഈ പ്രായത്തിൽ ഇനി എന്തുണ്ട് ബാക്കി? അയാൾ മോണയിൽ തൊട്ടുനോക്കി. ഏതാണ്ട് പൂർണമായും മരവിച്ചിരിക്കുന്നു. ലോഹക്കമ്പിയിട്ട് വരിഞ്ഞു കെട്ടി ഉറപ്പിച്ചിരിക്കുന്ന പല്ലിനെ ഡെന്റിസ്റ്റിന് രക്ഷിക്കാനായില്ലെങ്കിൽ പിന്നെ കൃത്രിമപ്പല്ലു തന്നെ ശരണം. അതു വല്ലാത്ത കഷ്ടം തന്നെ. താനെപ്പോഴും സുന്ദരനായി കാണപ്പെടണമെന്ന ചിന്ത എന്നേ പോയി. പക്ഷേ പണ്ടൊരു കാലത്ത് താൻ സുന്ദരനായിരുന്നെന്ന് മറ്റുള്ളവർ കരുതണമെന്ന ചിന്ത ശേഷിക്കുന്നു. ലൈംഗികശേഷിയറ്റ ഒരുത്തനായിത്തീരുന്നതിൽ നിന്ന് ഒഴിവാകാനായെങ്കിൽ? യൗവനവുമായി പൊരുത്തപ്പെടുന്നതിനുമുമ്പ് വൃദ്ധനായിത്തീരുകയോ അയ്യോ? അതു വയ്യ.

"നികോളിനും പ്രായമാകുന്നതിൽ ഖേദമുണ്ടോ ആവോ?"

"എന്റെയത്ര ഇല്ലെന്നു തോന്നുന്നു."

"റെസ്റ്റോവിലേക്ക് പോകാൻ കഴിയാത്തതിൽ അവർക്കു നിരാശയുണ്ടോ?"

"ഉവ്വ്, ഒരല്പം."

നികോൾ? നിയന്ത്രണങ്ങളെ വകവെക്കാത്ത നികോൾ? ഇരുപതുകാരിയുടെ ഊർജ്ജസ്വലതയും കൗതുകവുമുണ്ട് അവൾക്കിന്നും. അവളില്ലായിരുന്നെങ്കിൽ അയാൾ വെറുതെ അതുമിതും പറഞ്ഞ്, ബെഞ്ചുകളിലിരുന്നും മോസ്കോ തെരുവുകളിൽ അലഞ്ഞു തിരിഞ്ഞും നടന്നിരുന്നേനേ. അങ്ങനെ ഒരു വേള മോസ്കോയുടെ നഗരാന്തരീക്ഷം കുറെക്കൂടി നന്നായി ഉൾക്കൊണ്ടിരുന്നേനേ. പക്ഷേ അങ്ങനെ പറഞ്ഞിരുന്നെങ്കിൽ, അവളെ അതു നോവിക്കുമായിരുന്നു, ഒരു കാരണവശാലും അതിനയാൾ തയ്യാറുമല്ലായിരുന്നു.

"അയ്യോ? അഞ്ചു മണിയായി. അഞ്ചുമണിക്ക് എത്താമെന്നല്ലേ നമ്മൾ പറഞ്ഞത്? നികോൾ നമ്മേയും പ്രതീക്ഷിച്ചിരിപ്പാവും." മാഷ പറഞ്ഞു.

"വേഗമാവട്ടെ."

അവർ ധൃതിയിൽ ഫ്ളാറ്റിൽ നിന്നും ഇറങ്ങി.

നികോളിന് മാഷയുടെ ഫ്ളാറ്റ് നന്നേ പിടിച്ചുപോയിരുന്നു. നടുമുറ്റത്തിന് വല്ലാത്തൊരു ഗ്ലാനിയുണ്ട്, ഗോവണി വല്ലാതെ ഇരുണ്ട്, അഴുക്കു പിടിച്ചതാണ്, തുരുമ്പിച്ച ഇരുമ്പു ലിഫ്റ്റാണെങ്കിൽ ഇടയ്ക്കിടെ പണിമുടക്കും. അതൊക്കെ ശരി തന്നെ. പക്ഷേ ഫ്ളാറ്റിനകത്തെ മൂന്നു കൊച്ചുമുറികൾ ഓരോരുത്തർക്കും ഓരോന്ന്, പിന്നെ അടുക്കള, ശുചിമുറി എല്ലാം എത്ര നന്നായാണ് സംവിധാനം ചെയ്തിരിക്കുന്നത്. ചുമരുകളിൽ ഫോട്ടോകൾ, ചില മികച്ച ചിത്രങ്ങളുടെ പകർപ്പ്, തറയിൽ കാർപ്പെറ്റ്. അത് യൂറിഏഷ്യയിലെവിടേയോ നിന്നു കൊണ്ടുവന്നതാണ്. പിന്നെ മാഷ കുട്ടിക്കാലത്ത് യാത്രാവേളകളിൽ ശേഖരിച്ച കൗതുകവസ്തുക്കൾ. കോണിപ്പടികളിറങ്ങവെ, പാരീസിലെ സ്വന്തം ഒറ്റമുറി ഫ്ളാറ്റിനെക്കുറിച്ച്, അവിടത്തെ മരസാമാനങ്ങളെക്കുറിച്ച്, കൗതുകവസ്തുക്കളെക്കുറിച്ച് നികോൾ ഓർമിച്ചുപോയി. അല്പമൊരു നൊമ്പരവും തോന്നി. യാത്രാദിവസം വീട്ടിൽ നിന്നിറങ്ങുമ്പോൾ മേശപ്പുറത്ത് റോസാപ്പൂക്കളുടെ വലിയൊരു പൂച്ചെണ്ട് ഉണ്ടായിരുന്നു, ഒട്ടുംവാടിയിട്ടില്ലാത്ത പുതുപുത്തൻ റോസാപ്പൂക്കൾ. ഇവിടെ റോസാപ്പൂക്കൾ കാണുന്നേയില്ല. ഇവിടെ എത്തിയ അന്നുമുതൽ പാട്ടും കേൾക്കാനായിട്ടില്ല. പത്തു ദിവസമായി ഇവിടെ എത്തിയിട്ട്. ഒരു തരം ദരിദ്രാവസ്ഥ. റോഡിലെ വളവു തിരിഞ്ഞ് ഹോട്ടലിലേക്കു നയിക്കുന്ന വലിയ അവെന്യൂവിലേക്ക് നികോൾ കയറി. പാരീസിലാണെങ്കിൽ റാസ്പായ് ബുളേവാഡിലെ സകല ഷോപ്പുകളും അവൾക്കറിയാമായിരുന്നു. ഷോപ്പുടമകളിൽ പലരേയും മുഖപരിചയവുമുണ്ടായിരുന്നു, അവരൊക്കെ അവളോട് കുശലം പറയുമായിരുന്നു. പക്ഷേ ഇവിടെ, ഈ മുഖങ്ങൾ അവൾക്കാരുമല്ല, ഒന്നുമല്ല.

സ്വന്തം ലോകത്തിൽ നിന്ന് ഇത്രയേറെ ദൂരെ, ഈ അപരിചിതസ്ഥലത്തേക്ക് എന്തിനാണ് താൻ വന്നിരിക്കുന്നത്? ജൂൺ മാസത്തിലെ പ്രസരിപ്പാർന്ന ദിനം. പൂത്തുലഞ്ഞു നിൽക്കുന്ന മരങ്ങൾ, താഴെ, നടപ്പാതകളിൽ

വീണുകിടക്കുന്ന പട്ടുപോലെ മൃദുലമായ പൂമ്പൊടിയിൽ ചിറകടിച്ചു രസിക്കുന്ന പ്രാവിൻകൂട്ടം, നനുത്തു വെളുത്ത പൂമ്പൊടിയുടെ കണങ്ങൾ നികോളിന്റെ മൂക്കിലും വായിലും നിറയുന്നു, അവൾക്കു തല കറങ്ങിപ്പോയി. തലമുടിയിഴകളിൽ പറ്റിപ്പിടിച്ചതും ഉതിർന്നുവീഴുന്നതുമായ പൂമ്പൊടിയുമായി അന്നുച്ചയ്ക്ക് ലൈബ്രറിയിലേക്ക് കയറിയ അവൾക്ക് സ്വന്തം ശരീരം അന്യമായിക്കഴിഞ്ഞ പ്രതീതി. ഇതിനുമുമ്പും ഇതേ ലക്ഷണങ്ങൾ പ്രകടമായിട്ടുണ്ട്. കണ്ണാടിയിലോ ഫോട്ടോയിലോ കാണുന്ന സ്വന്തം പ്രതിച്ഛായ; തളർന്നു ക്ഷീണിച്ചതെങ്കിലും അതു താനാണെന്ന തിരിച്ചറിവുണ്ടായിരുന്നു. പുരുഷസുഹൃത്തുക്കളുമായി സംസാരിക്കുമ്പോൾ അവർ പുരുഷന്മാരും താൻ സ്ത്രീയുമാണെന്ന ബോധം ഉണ്ടായിരുന്നു.

പിന്നെയൊരിക്കൽ ആൻഡ്രേയോടൊപ്പം, ഒരു യുവാവെത്തി, കാഴ്ചയ്ക്ക് സുമുഖനായൊരുവൻ. മര്യാദയോടെയെങ്കിലും തികച്ചും അന്യമനസ്കനായാണ് അതിഥി നികോളിന്റെ കൈ പിടിച്ചു കുലുക്കിയത്. എന്തോ ഒരപാകത. അവളെ സംബന്ധിച്ചേടത്തോളം അയാളൊരു യുവസുന്ദരൻ എന്നാൽ അയാളുടെ നോട്ടത്തിൽ അവൾ ഒരു എൺപതുകാരി വൃദ്ധ, വെറുമൊരു അലിംഗവസ്തു. ആ ആഘാതത്തിൽ നിന്ന് കരകയറാൻ അവൾക്കായതേയില്ല. അതോടെ സ്വന്തം ശരീരവുമായുള്ള താദാത്മ്യവും അവൾക്കു നഷ്ടപ്പെട്ടു കഴിഞ്ഞിരുന്നു. ശരീരം, അപരിചിതമായ ശരീരം, അങ്കലാപ്പുളവാക്കുന്ന ഒരു തരം വേഷപ്പകർച്ച. ഒരുവേള ഈ രൂപമാറ്റം എത്രയോ നാൾ മുമ്പെ തുടങ്ങിയിരിക്കണം, പക്ഷേ അവൾക്കതു ബോദ്ധ്യമായത്, അവളുടെ സ്മൃതിമണ്ഡലത്തിൽ അതുറച്ചുപോയത് അന്ന് ആ യുവാവിന്റെ നോട്ടത്തിലാണ്, ആ മുഹൂർത്തത്തിലാണ്; അലക്ഷ്യഭാവത്തിൽ അവളിൽ നിന്നകലുന്ന രണ്ടു കൊച്ചു കണ്ണുകൾ. ആ നിമിഷം മുതൽ അവൾ കിടക്കയിൽ പ്രതികരിച്ചതേയില്ല. തന്നോടു തന്നെ സ്നേഹം തോന്നിയാൽ മാത്രമേ മറ്റൊരാളുടെ ആശ്ലേഷത്തിൽ ആനന്ദം കണ്ടെത്താനാവൂ. ആൻഡ്രേയ്ക്ക് അവളെ മനസ്സിലാക്കാനായില്ല. പക്ഷേ പതിയെപ്പതിയെ അവളുടെ തണുപ്പൻ മട്ട് അയാളെ പരാജയപ്പെടുത്തി. കുറേക്കാലത്തേക്ക് ആ സംഭവത്തെക്കുറിച്ചുള്ള സ്മരണ എല്ലാ വേനൽക്കാലങ്ങളിലും അവളിലേക്ക് തിരിച്ചെത്തി, കൃത്യമായി അന്നത്തെ അതേ ദിവസം. പക്ഷേ ആ സ്മരണ ഇപ്പോഴവളെ മുറിവേല്പിക്കാറില്ല, ആ വേദന അതെന്നേ മാറി. വായുവിൽ നൃത്തം ചെയ്യുന്ന പരാഗരേണുക്കൾ സ്വന്തം നഷ്ടവസന്തത്തെ, നഷ്ടയൗവനത്തെക്കുറിച്ചോർമിപ്പിക്കുന്നു. നഷ്ടവസന്തം അവൾ അത് സന്മനസ്സോടെ അംഗീകരിച്ചു കഴിഞ്ഞിരിക്കുന്നു വിടരാനിരിക്കുന്ന പ്രതീക്ഷകളുമായി വന്നെത്തിയിരുന്ന ആ ദിനങ്ങളെ, പൊയ്പോയൊരു കാലത്തെ ഓർമപ്പെടുത്തുകയാണ് പുതുവസന്തദിനങ്ങൾ. അവളത് അംഗീകരിച്ചു കഴിഞ്ഞതാണ്. പക്ഷേ ഇന്ന് അവൾക്കെന്തോ വല്ലാത്തൊരു പിരിമുറുക്കം, ഇരിക്കപ്പൊറുതിയില്ലായ്മ, മനഃപ്രയാസം. മുറിയിൽ തിരിച്ചെത്തിയതും

അവൾ തന്നോടു തന്നെ ചോദിച്ചു. എന്തുകൊണ്ടാണിങ്ങനെ? തുരങ്കപാതയിലേക്കു ഓടിയൊളിച്ച് മറുഭാഗത്ത് ഗോർക്കി സ്ട്രീറ്റിൽ പുനഃപ്രത്യക്ഷമാകുന്ന കാറുകളെ നോക്കിക്കൊണ്ട് അവൾ ജനാലപ്പടിയിലിരുന്നു.

എനിക്ക് മടുപ്പ് അനുഭവപ്പെട്ട് തുടങ്ങിയെന്നു തോന്നുന്നു. മോസ്കോ അത്ര ആകർഷണീയമായി തോന്നുന്നില്ല. കുറച്ചൊരു ബോറടി തോന്നുന്നുവെന്നത് അത്ര ഗൗരവമുള്ള കാര്യമല്ല. ഇനി ലെനിൻഗ്രാഡിലേക്കു പോകാനിരിക്കയാണ്, പിന്നെ പെസ്കോഫും നോവ്ഗോറോഡും കാണും. അവളൊരു പുസ്തകം കൈയിലെടുത്തു. സാധാരണഗതിയിൽ ദുഷ്ചിന്തകൾ ദൂരികരിക്കാനുള്ള അവളുടെ എളുപ്പവഴി സ്വയം വിശദീകരണം നല്കുകയായിരുന്നു, പക്ഷേ മടുപ്പ് എന്ന വിശദീകരണം ഒരു പരിഹാരമായില്ല. മനഃപ്രയാസം മാറിയില്ല. ഈ മുറിക്ക് വിഷാദച്ഛായയുണ്ട്. വിഷാദമുറി? എന്താണതിന്റെ അർത്ഥം? വിവാഹം കഴിക്കാൻ പോകുന്ന കാര്യം ഫിലിപ്പ് തന്നോടു പറഞ്ഞപ്പോൾ റൂമിനകത്തെ കുഷനുകളുടെ സമഞ്ജസമായ വർണപ്പൊലിമയോ, പൂപ്പാത്രത്തിലെ കുളവാഴപ്പൂക്കളുടെ ചാരുതയോ, അദ്വിതീയമായ നികളസ് ദെസ്റ്റാൽ വർണചിത്രത്തിന്റെ പകർപ്പോ അവളുടെ സഹായത്തിനെത്തിയില്ലെന്നതു ശരിതന്നെ. പക്ഷേ പൊതുവെ ഇത്തരം വിരസമായ നിമിഷങ്ങളിൽ കാഴ്ചയ്ക്ക് നല്ലതെന്നു തോന്നിക്കുന്ന ഒരു വസ്തുവോ, സന്തുഷ്ടിയുളവാക്കുന്ന വർണമോ, ചാരുതയുള്ള രൂപമോ മതി, ജീവിതത്തെ വീണ്ടും രുചിയുള്ളതാക്കാൻ. പക്ഷേ ഇന്ന് അതൊന്നും പോരെന്നു വന്നിരിക്കുന്നു. താഴെ റോഡിലെ കാഴ്ചകളോ, മുറിക്കകത്തുള്ള വസ്തുക്കളോ? ചുമരിലെ ചിത്രങ്ങളോ അവളെ ആശ്വസിപ്പിക്കുന്നില്ല. ആശ്വസിപ്പിക്കുകയോ, എന്തിനെച്ചൊല്ലി? “ആൻഡ്രേയാണ് പ്രശ്നം' അവൾ പൊടുന്നനെ ആത്മഗതം ചെയ്തു. എപ്പോഴും കണ്ടുകൊണ്ടിരിക്കുന്നു, എന്നാലൊട്ട് കാണുന്നുമില്ല. 1963ൽ മാഷ സ്വന്തം പണിത്തിരക്കിലായിരുന്നു, ഇത്തവണ അവൾ അവരോടൊപ്പമുണ്ട് സദാസമയവും. അവൾക്കത് സ്വാഭാവികമായിത്തോന്നുന്നുണ്ടാവാം. പക്ഷേ ആൻഡ്രേയ്ക്ക്, നികോളിനോടൊപ്പം തനിച്ച് സമയം ചെലവിടണമെന്നില്ലേ? അയാൾ വല്ലാതെ മാറിപ്പോയിട്ടുണ്ടോ?

പണ്ടൊക്കെ, എന്നുവെച്ചാൽ ഒരു പാടുകാലം മുമ്പ് അയാൾക്കെന്തൊരു ആവേശമായിരുന്നു, ആസക്തിയായിരുന്നു. അന്നൊന്നും അവൾക്കത്തരം ആവേശമില്ലായിരുന്നു. അത്തരം കടുത്ത ആസക്തി തോന്നണമെന്നുണ്ടെങ്കിൽ ജീവിതത്തിൽ എന്തെങ്കിലും അഭാവം ഉണ്ടായിരിക്കണം എന്ന ചിന്താഗതിയായിരുന്നു അവൾക്ക്. കിട്ടാതെ പോയ മറ്റെന്തിനെങ്കിലും പകരമായി... ആൻഡ്രേയുടെ കാര്യത്തിൽ പീഡകൾ നിറഞ്ഞ ബാല്യകാലം, അമ്മയുടെ ദരിദ്രാവസ്ഥ, ക്ലെയറുമായുള്ള പ്രണയപരാജയം... പക്ഷേ അവളുടെ കാര്യം നേരെ വിപരീതമായിരുന്നു അച്ഛനമ്മമാർ അവളെ ഏറെ ലാളിച്ചിരുന്നു, സ്നേഹം, പ്രണയം ഇതൊന്നും

അവളെ സംബന്ധിച്ചേടത്തോളം ജീവിതത്തിൽ മുഖ്യവിഷയങ്ങളല്ലായിരുന്നു. മറ്റാരോ ആയിത്തീരാനായിരുന്നു അവളുടെ ആഗ്രഹം. ശാരീരിക വേഴ്ചയ്ക്കുശേഷം കട്ടിലിൽ നിന്ന് ആദ്യമെഴുന്നേല്ക്കുക അവളായിരുന്നു. അയാളവളെ ചേർത്തുപിടിച്ച് തടുക്കാൻ ശ്രമിക്കും. അരുത്, പോകരുത്, അമ്മയിൽനിന്ന് വേറിടാൻ മടിക്കുന്ന കുഞ്ഞിനെപ്പോലെ. (അനിഷ്ടത്തോടെയെങ്കിലും അവൾ പലപ്പോഴും, അതനുസരിച്ചു). പിന്നീട് അവരുടെ ഒന്നിച്ചുള്ള ജീവിതത്തിലുടനീളം അവൾക്ക് അയാളുടെ ആവശ്യകതയും അയാൾ നല്കിയ ആനന്ദവും വർധിച്ചുകൊണ്ടേയിരുന്നു. ഇപ്പോഴിതാ അവരിൽ ആർക്കാണ് മറ്റേയാളോടു കൂടുതൽ സ്നേഹം എന്നു പറയാൻ പറ്റാത്ത അവസ്ഥയാണ്. സയാമീസ് ഇരട്ടകളെപ്പോലെ അവർ ഇണക്കിച്ചേർക്കപ്പെട്ടിരിക്കുന്നു, എന്നിട്ടും ഇതു വ്യക്തം. അവൾ ഏകാകിനിയാണെന്നത് അയാളെ വേദനിപ്പിക്കുന്നില്ല. അയാളുടെ വികാരങ്ങൾ ആറിത്തണുത്തുവോ? ചിലപ്പോൾ വയസ്സാവുന്നതോടൊപ്പം അലക്ഷ്യഭാവവും ഉണ്ടായെന്നു വരാം. അച്ഛൻ മരിച്ചപ്പോഴുണ്ടായത്ര സങ്കടം ആൻഡ്രേയ്ക്ക് സഹോദരി മരിച്ചപ്പോൾ ഉണ്ടായില്ലന്നതു നേര്. ഇതെക്കുറിച്ച് അയാളോടു ചോദിച്ചാലോ? ഒരുവേള അയാൾ ദുഖിച്ചെന്നു വരും. അവൾ പുസ്തകം മടക്കി വെച്ച് കിടക്കയിൽ നീണ്ടുനിവർന്നു കിടന്നു. ഉച്ചഭക്ഷണമോ, വോഡ്കയോ അളവിലധികമായെന്നു തോന്നുന്നു, അവൾക്ക് മയക്കം വരുന്നുണ്ട്.

ഞാനെവിടെയാണ്, ആരാണ് ഞാൻ?

ഓരോ ദിവസവും ഉണരുമ്പോൾ കണ്ണുകൾ തുറക്കുന്നതിനു മുമ്പു തന്നെ അവൾക്ക് പരിസരബോധമുണ്ടാകും കിടക്കയും കിടക്കമുറിയും എല്ലാം. പക്ഷേ ചില അവസരങ്ങളിൽ ഉച്ചസമയത്ത് ഉറങ്ങിപ്പോയാൽ പിന്നെ എഴുന്നേൽക്കുമ്പോൾ ആകെ ഒരു വിഭ്രാന്തിയാണ്.

ഞാനാര്, ഞാനെങ്ങനെ ഞാനായി?

സ്വന്തം മനഃസാക്ഷി ഇരുളിന്റെ മറനീക്കി പുറത്തു കടന്ന്, പുതിയൊരു അവതാരമെടുക്കാൻ ഒരുമ്പെടുംപോലെ. ഒരു കുഞ്ഞ് പിറന്നു വീണ് സ്വയം ബോധവാനാകുംപോലെ. അവൾക്ക് ആശ്ചര്യം തോന്നും. പക്ഷേ ഇതൊരു പുതിയ ജന്മമല്ല, പുതിയൊരു ജീവിതത്തിനു തുടക്കം കുറിക്കലല്ല, പഴയ, സ്വന്തം ജീവിതത്തിലേക്കുള്ള, തിരിച്ചുവരവാണ്. ഇതെന്തു വിധിവിളയാട്ടമാണ്? താൻ ജനിച്ചിട്ടേയില്ലെന്നു വരികിൽ ഈ പ്രശ്നവും ഉദിക്കുന്നില്ല?.

ഞാൻ മറ്റൊരാളായിരുന്നെങ്കിൽ ആ മറ്റൊരാളും ഇതേവിധം സ്വയം ചോദിച്ചിരുന്നേനേ.

അവൾക്കു തല കറങ്ങിപ്പോയി, സ്വന്തം യാദൃച്ഛികതയും അനിവാര്യതയും. സ്വന്തം അസ്തിത്വവും ജീവിതവും. നികോൾ, റിട്ടയർ ചെയ്ത സ്കൂൾ ടീച്ചർ. റിട്ടയർ ചെയ്തുവെന്ന വസ്തുത ഉൾക്കൊള്ളാൻ അവൾക്ക് ഏറെ മനഃപ്രയാസമുണ്ടായിരുന്നു. തന്റെ ആദ്യത്തെ ഉദ്യോഗം,

ആദ്യത്തെ ക്ലാസ്, എല്ലാം ഓർമ്മയുണ്ട്. നാട്ടിൻപുറം, ശിശിരകാലം, പാദങ്ങൾക്കു കീഴെ ഞെരിഞ്ഞമരുന്ന ഉണങ്ങിയ ഇലകളുടെ മർമരം. അന്ന് റിട്ടയർമെന്റ് എത്രയോ വിദൂരം, എത്ര അവാസ്തവികം. അന്നെന്തു പ്രായമുണ്ടായിരുന്നോ അതിന്റെ ഇരട്ടി വർഷങ്ങൾക്കുശേഷം സംഭാവ്യമായിരുന്നത്. പക്ഷേ അതും എത്തിച്ചേർന്നു. പലപ്പോഴും അവൾ മനസ്താപത്തോടെ ചിന്തിച്ചു. താനിനി ആ മെഴുകി മിനുക്കിയ ഇടനാഴികളിലൂടെ നടന്നു പോകില്ല, കുട്ടികൾ കലപില കൂട്ടുന്നത്, പൊട്ടിച്ചിരിക്കുന്നത് ഒന്നും തനിക്കിനി കേൾക്കാനാവില്ല. അതിർത്തി രേഖ താണ്ടിയിരിക്കുന്നു, കൃത്യവും വ്യക്തവുമായ രേഖ. ഇരുമ്പുമറപോലെ ദൃഢം. ഞാൻ മറുപുറത്തെത്തിയിരിക്കുന്നു.

അവളെഴുന്നേറ്റ് മുടി ചീകിയൊതുക്കി. അല്പം തടി കൂടുന്നുണ്ടെന്നത് ഉറപ്പ്. ഇവിടെയാണെങ്കിൽ തൂക്കം നോക്കാനുള്ള സംവിധാനവുമില്ല, അവൾക്കാകെ ദേഷ്യം വന്നു. മണി അഞ്ചരയായി. ആൻദ്രേ എന്താണിനിയും എത്തിച്ചേരാത്തത്? കാത്തിരിപ്പ് അവൾക്ക് തീരെ ഇഷ്ടമല്ലെന്ന കാര്യം അയാൾക്ക് അറിയാവുന്നതാണ്. കാത്തിരിപ്പ് അനിഷ്ടകരമായിരുന്നെങ്കിലും അയാളെ കണ്ടതും അവളുടെ ഉള്ളു മുഴുവനും സ്നേഹം കൊണ്ട് ഊഷ്മളമായി. കാത്തിരുന്നു മുഷിഞ്ഞുവെന്ന കാര്യം തന്നെ അവൾ മറന്നു പോയി.

“ടാക്സി കിട്ടിയില്ല, ഞങ്ങൾ നടന്നാണ് വന്നത്.”

“ഒരുപാടു പണി ചെയ്തുതീർക്കാൻ കഴിഞ്ഞു.”

“ഏതാനും ഗ്ലാസ് വോഡ്കയും അകത്താക്കി, അല്ലേ?”

ഉച്ചാരണത്തിലെ നേരിയ മാറ്റവും ചലനങ്ങളിലെ ചെറിയ അമാന്തവും എന്നത്തേയും പോലെ അവളുടെ ശ്രദ്ധയിൽ പെട്ടു, ഇത് ഒന്നിലധികം ഗ്ലാസ് മദ്യം അകത്താക്കിയതിന്റെ ലക്ഷണമാണെന്ന് അവൾക്കറിയാം. ഇതെങ്ങനെ വളരെ സ്പഷ്ടമായി കാണാവുന്ന വ്യത്യാസങ്ങളല്ല, ലക്ഷണങ്ങൾ എന്നാണ് അവൾ പറയാറ്.

“ലക്ഷണങ്ങൾ കാണാനുണ്ട്.” അവൾ കൂട്ടിച്ചേർത്തു.

“കുറച്ചു വോഡ്കാ കുടിച്ചെന്നത് നേര്, പക്ഷേ ലക്ഷണങ്ങളൊന്നുമില്ല.”

അക്കാര്യം ഊട്ടിയുറപ്പിക്കാൻ അവൾ നിന്നില്ല. രസംകൊല്ലിയാവേണ്ടി വരുന്നതിൽ അവൾക്കും ഏറെ മനസ്താപം ഉണ്ടായിരുന്നു. അയാൾക്ക് ബ്ലഡ്പ്രഷർ വല്ലാതെ കൂടുതലാണ്, അതുകൊണ്ടുതന്നെ അയാളുടെ ആരോഗ്യത്തെപ്പറ്റി ആശങ്കയുണ്ടായിരുന്നു. ചിലപ്പോഴൊക്കെ അവൾ ഞെട്ടിയുണരും. അയാൾക്ക് ശ്വാസകോശകാൻസർ പിടിപെടാൻ സാധ്യതയുണ്ട്, ഹൃദയസ്തംഭനമോ, മസ്തിഷ്കാഘാതമോ വന്നാലോ?

“ദേ നോക്കൂ, ഒരു തരക്കേടുമില്ല, പെർഫെക്റ്റ് ബാലൻസ്.” ആൻദ്രേ പറഞ്ഞു.

അയാൾ മൂളിപ്പാട്ടും പാടി മാഷയുടെ അരയ്ക്കുപിടിച്ച് നൃത്തം ചെയ്യുന്നപോലെ വട്ടം കറക്കി. മറ്റൊരു സ്ത്രീയോടൊപ്പം ആൻദ്രേ. അവൾക്കതു വിചിത്രമായിത്തോന്നി. മാഷക്ക് ആൻദ്രേയുടെ കണ്ണുകളും താടിയും ലഭിച്ചിരുന്നെങ്കിലും പലപ്പോഴും മാഷ മകളാണെന്ന കാര്യം നികോൾ മറന്നുപോവുന്നു. വർഷങ്ങൾക്കു മുമ്പ് അവരിരുവരും ചെറുപ്പ മായിരുന്ന കാലത്ത് ആൻദ്രേ നികോളിനോട് പെരുമാറിയിരുന്നവിധം അതേ മനംകവരുന്ന പുഞ്ചിരിയും അതേതരം വാക്കുകളുമായാണ് ഇന്ന് ആൻദ്രേ മാഷയോട് സംവദിക്കുന്നത്.

ജീവിതപ്പാതയിൽ എവിടെയോ എപ്പോഴോ പതുക്കെപ്പതുക്കെ നികോളും ആൻദ്രേയും തമ്മിലുള്ള സംസാരം സൗഹൃദത്തിന്റെ ചുരുക്കഭാഷയിലായി; അംഗവിക്ഷേപങ്ങളിലെ സൗകുമാര്യം അപ്രത്യ ക്ഷമായി. തെറ്റ് ആരുടെ ഭാഗത്തായിരുന്നു? എന്റേതു തന്നെ. പശ്ചാത്താ പത്തോടെ അവൾ ചിന്തിച്ചു. വളരെ നല്ല രീതിയിലാണ് അച്ഛനമ്മമാർ നികോളിനെ വളർത്തിവലുതാക്കിയത്. അതു കാരണം പെരുമാറ്റത്തിൽ ഒരല്പം ഔപചാരികത, അല്പം നിയന്ത്രണം ഉണ്ടായിരുന്നു. അയാളാണ് ആദ്യം പറഞ്ഞത് നിങ്ങൾ വിളി വേണ്ട, നീ മതിയെന്ന്. ഇടയ്ക്കൊക്കെ അയാളുടെ അമിതമായ സ്നേഹപ്രകടനങ്ങൾ അവളെ ലജ്ജിപ്പി ക്കുകയും ചെയ്തിരുന്നു. പതുക്കെപ്പതുക്കെ, അല്പം അകൽച്ചയും ഔപചാരികതയുമുള്ള തന്റെ പഴയ രീതിയിലേക്ക് അവൾ തിരിച്ചു പോയി. അനേകകാലമായി വിവാഹിതരായ അവരിരുവരും ഇണക്കുരു വികളെപ്പോലെ പെരുമാറുന്നത് പരിഹാസ്യമാണ്. എന്നിരിക്കിലും മാഷയോടുള്ള അയാളുടെ അടുപ്പം അവളിലിപ്പോൾ ഈർഷ്യയുണർ ത്തുന്നു. ആൻദ്രേയും താനുമായുള്ള ബന്ധത്തിന്റെ സ്നേഹോ ഷ്മളമായ പുത്തനുണർവു നിലനിർത്താഞ്ഞതിൽ അവൾ സ്വയം കുറ്റപ്പെടുത്തി. എപ്പോഴോ തന്റെ ആ പഴയ സ്വഭാവം, അയവില്ലായ്മ വീണ്ടും പ്രകടമായി, അതിനെ മറികടക്കാൻ അവൾക്കായതേയില്ല. കാരണം സ്വന്തം സ്ത്രീത്വത്തെ അംഗീകരിക്കാൻ അവൾ കൂട്ടാക്കിയ തേയില്ല. (പക്ഷേ ഒന്നു നോക്കിയാൽ ആൻദ്രേയോളം മറ്റാരും തന്നെ സ്ത്രീത്വം എന്ന അവസ്ഥയുമായി പൊരുത്തപ്പെടാൻ അവളെ സഹാ യിച്ചിട്ടുമില്ല).

“ഡാൻസു ചെയ്യാനിഷ്ടമാണോ?” അവൾ മാഷയോടു ചോദിച്ചു.

“ഒരുപാടൊരുപാട്. കൂട്ടിന് നല്ലൊരു ഡാൻസറെ കിട്ടണമെന്നു മാത്രം.”

“എനിക്ക് ഡാൻസു ചെയ്യാനേ കഴിയില്ല.”

“അതേയോ, അതെന്താ അങ്ങനെ?”

“കാരണം ഡാൻസിൽ ചുവടുകൾ നയിക്കുന്നതും, നിയന്ത്രിക്കുന്ന തുമൊക്കെ പുരുഷനാണെന്നതുകൊണ്ടുതന്നെ. ചെറുപ്പത്തിൽ ഇതെന്നെ ഒത്തിരി ചൊടിപ്പിച്ചു. പിന്നെ വല്ലാതെ വൈകിപ്പോയി.”

“മറ്റൊരാൾ നയിക്കുന്നത് എനിക്കിഷ്ടമുള്ള കാര്യമാണ്. നമ്മൾ വേവലാതിപ്പെടേണ്ടല്ലോ.”

“നമ്മൾ ആഗ്രഹിക്കുന്നേടത്തേക്കാണ് അയാൾ നയിക്കുന്നതെങ്കിൽ മാത്രം.” സഹതാപത്തോടെ മാഷയെ നോക്കി നികോൾ പുഞ്ചിരിച്ചു.

സ്ത്രീകളോട് വളരെ വിരളമായേ നികോൾ സഹതപിക്കാറുണ്ടായിരുന്നുള്ളൂ. വിദ്യാർത്ഥിനികളുടെ കാര്യം വേറെ അവർ കുട്ടികളാണ്, കൗമാരക്കാർ. അവർ മുതിർന്നവരെപ്പോലാകില്ലെന്നു ആശ്വസിക്കയെങ്കിലും ചെയ്യാം. എന്നാൽ മുതിർന്നവരോ? അവരിൽ ചെറുപ്പക്കാർ ഐറീന്റെ ടൈപ്പാണ്. സ്ത്രീ എന്ന സ്ഥിതിവിശേഷം അതീവഗൗരവത്തോടെ ഉയർത്തിപ്പിടിക്കുന്നവർ. അത് അവരുടെ ഉദ്യോഗമാണെന്ന മട്ടിൽ. ഏറെ വയസ്സു ചെന്നവരെ കാണുമ്പോൾ നികോളിന് സ്വന്തം അമ്മയെ ഓർമ്മ വരും. “അരുത്, പെൺകുട്ടികൾ അങ്ങനെയൊന്നും ചെയ്യാൻ പാടില്ല.” നികോളിന്റെയുള്ളിലെ പ്രക്ഷോഭകാരിയായ ബാലിക ഉണരും. വിമാന പൈലറ്റ്, കപ്പലിലെ കാപ്റ്റൻ, ഭൂഗർഭ പര്യവേക്ഷക, ഇതൊന്നും പെൺ കുട്ടികൾക്കു പറഞ്ഞിട്ടുള്ളതല്ലത്രെ. താനെന്താ വെറുമൊരു പെൺകുട്ടി മാത്രമാണോ? അമ്മയുടെ അത്യന്തം മിനുസമായ കൈത്തലങ്ങൾ, കൈത്തണ്ടകൾ, നനുത്ത ഷിഫോൺ, ഓർഗണ്ടി, പെർഫ്യൂം... തന്റെ ചർമ്മത്തിലേക്ക് ഊർന്നിറങ്ങിയിരുന്ന ആ പെർഫ്യൂം? ഇതൊക്കെ നികോളിന്റെ ഓർമ്മയിലുണരുന്നു.

വലിയൊരു പണക്കാരനെ കല്യാണം കഴിച്ച്, പൊന്നും പട്ടുമണിഞ്ഞ് കഴിയുന്ന നികോളായിരുന്നു അമ്മയുടെ സ്വപ്നത്തിൽ. അങ്ങനെ അവർ തമ്മിലുള്ള സംഘർഷം ആരംഭിച്ചു. അവൾ ചെറുത്തുനിന്നു, പഠിപ്പ് തുടർന്നുകൊണ്ടുപോയി. സ്വന്തം ഭാഗധേയം തിരുത്തിയെഴുതുമെന്ന വാശി. അതിഗംഭീരമായൊരു പ്രബന്ധമെഴുതും. സോർബോൺ യൂണിവേഴ്സിറ്റിയിൽ ഇടംപിടിക്കും. പെൺകുട്ടികൾക്കും ഇതൊക്കെയാവാമെന്ന്, സ്ത്രീയുടെ മസ്തിഷ്കത്തിന് പുരുഷമസ്തിഷ്കത്തോട് കിടപിടിക്കാനാകുമെന്ന് തെളിയിക്കും. അതൊന്നും നടന്നില്ല. വിദ്യാർത്ഥിനിയായിരുന്നപ്പോൾത്തന്നെ, സ്ത്രീപക്ഷപ്രസ്ഥാനങ്ങളിലെ സജീവ പ്രവർത്തകയായി. പക്ഷേ മറ്റെല്ലാവരേയുംപോലെ അവൾക്കു തീരെ പിടിത്തമില്ലാതിരുന്ന മറ്റുള്ളവരെപ്പോലെ ഭർത്താവും മകനും വീടും അവളേയും വിഴുങ്ങി. പക്ഷേ മാഷ അങ്ങനെയല്ല, ആരും അവളെ വിഴുങ്ങിയതായി തോന്നുന്നില്ല. മാഷ സ്വന്തം സ്ത്രീത്വത്തെ യാതൊരു വൈരുധ്യങ്ങളുമില്ലാതെ അംഗീകരിച്ച മട്ടാണ്. ഒരു വേള പതിനഞ്ചു വയസ്സു മുതൽ മാഷ ജീവിച്ചുപോരുന്ന രാജ്യത്ത് സ്ത്രീകൾക്ക് അപകർഷതാബോധം ഇല്ലെന്നതുകൊണ്ടാണോ? തീർച്ചയായും മാഷയ്ക്ക് അപകർഷതാബോധം ഇല്ല.

“ആര്, ആരെ, എപ്പോൾ എവിടേക്ക് അത്താഴത്തിനു കൊണ്ടുപോവാനാണ് പ്ലാൻ?” നികോൾ ചോദിച്ചു.

“ബകൗവിൽ 7.30ന് ഞാൻ റിസർവു ചെയ്തിട്ടുണ്ട്.” മാഷ പറഞ്ഞു.

“സമയം യഥേഷ്ടമുണ്ട്. ഒന്നു നടന്നാലോ? കാലാവസ്ഥയും നന്ന്.”

“ശരി, നമുക്കൊന്നു നടന്നിട്ടു വരാം.”

നികോൾ സമ്മതിച്ചു. മനസ്സിനകത്തെ ഇരുണ്ട ചിന്തകൾ പിന്തള്ളപ്പെട്ടിരിക്കുന്നു. ആൻഡ്രേ മോസ്കോയിലേക്ക് വന്നത് മാഷയെ കാണാനാണ്. അപ്പോൾ അവളോടൊപ്പം ഏറെ സമയം ചെലവിടുമെന്നത് സ്വാഭാവികം. അവർ മൂവരും ചേർന്നു ചെലവിടാൻ പോകുന്ന രാത്രി. ആഹാ? എത്ര സന്തോഷകരമായ പ്രതീക്ഷ.

ലെനിൻഗ്രാഡിൽ അവർ താമസിച്ചിരുന്ന ഹോട്ടൽ ആൻഡ്രേയ്ക്ക് ഏറെ ഇഷ്ടപ്പെട്ടു. നീണ്ട ഇടനാഴികൾ അതിലേക്കു തുറക്കുന്ന കറുത്ത മുത്തിന്റെ ചേലുള്ള വാതിലുകൾ, അവക്കു മുകളിൽ കമാനാകൃതിയിൽ ചില്ലുകൾ, പട്ടുകൊണ്ടുള്ള ജനാല വിരികൾ, റോസ്, പച്ച, നീല എന്നിങ്ങനെ ഓരോ നിലയിലും ഓരോ നിറമാണ് ജനാലവിരികൾക്ക്. അവരുടെ റൂമിൽ കർട്ടൻ കൊണ്ടു മറച്ച ഒരു അലമാര. പഴയകാലത്തെ മനോഹരമായ മരസാമാനങ്ങൾ, ഭാരിച്ച മാർബിൾ മേശ, കറുത്ത തുകൽ സോഫ, അലുക്കുകളുള്ള മേശവിരി. ഊണുമുറിയെ പ്രകാശമാനമാക്കിക്കൊണ്ട് മച്ചിൽ തൂങ്ങിയാടുന്ന ഷാന്റലിയർ, അതിനു താഴെ ഒരു മാർബിൾ ശില്പം അർധനഗ്നയായ യുവതി കുസൃതിച്ചിരിയോടെ ഉടുപ്പ് ശരിയാക്കുന്നു, അതോ അഴിക്കുകയാണോ?

“ഇവിടേയും മോസ്കോവിലെ പോലെ സർവീസ് വളരെ സാവധാനം. പക്ഷേ ഭാഗ്യം, സംഗീതം ഉറക്കെയല്ല.” നികോൾ പറഞ്ഞു.

ശരിയാണ്. ഇവിടുള്ളവർക്ക് സമയത്തെപ്പറ്റി ഒരു ചിന്തയുമില്ലെന്ന മട്ട്.

ഉദാഹരണത്തിന് ഒരു വെയിറ്റർ ഒരു വശത്തുള്ള ഷെൽഫിനടുത്തേക്കു പോയി, അതിനകത്തുനിന്ന് ഒരു ഗ്ലാസ് ഷെൽഫിനു മുകളിലെടുത്തുവെച്ച് അതിനേയും നോക്കി ധ്യാനനിരതനായി നില്ക്കയാണ്. വെയിറ്റർമാരെല്ലാം ചലിക്കുന്നത് അല്പം മടിയോടെയാണെന്നു തോന്നും, അവനവനു തോന്നിയമട്ടിൽ, അടുക്കും ചിട്ടയുമില്ലാത്തവിധം. ധൃതിയുള്ള ഉപഭോക്താക്കളെ ഏറെ മടുപ്പിക്കുന്ന പെരുമാറ്റം. വഴിയോരത്തു കണ്ട ഇഷ്ടികപ്പണിക്കാരും മറ്റു പണിക്കാരും ഷോപ്പുകളിലെ ജീവനക്കാരും, ഓഫീസുകളിലെ ക്ലർക്കുമാരും എല്ലാവരും തഥൈവ, ഒരു ധൃതിയുമില്ല. എന്നിരിക്കിലും ഈ രാജ്യത്ത് എല്ലാവരും അലസന്മാരല്ല, അല്ലെങ്കിൽ ചില മേഖലകളിൽ അനിതരസാധാരണമായ വിജയം നേടിയെടുത്തതെങ്ങനെ? ശാസ്ത്രജ്ഞന്മാർക്കും സാങ്കേതികവിദഗ്ധർക്കും വല്ല

പ്രത്യേക പരിശീലനവും ലഭിച്ചിരിക്കണം. അതുകൊണ്ടാവും അവർക്ക് വ്യത്യസ്തമായ മനഃസ്ഥിതി.

"ഹാവൂ, ബില്ലെത്തി." മാഷ പറഞ്ഞു.

അവരിറങ്ങി. രാത്രി പത്തുമണി. വേനക്കാലമായതിനാൽ സൂര്യൻ അസ്തമിക്കുന്നതേയുള്ളൂ. ചുറ്റിലും അസ്തമനസൂര്യന്റെ മനോഹരമായ പ്രകാശം. ഉച്ചസമയത്തെ വെട്ടിത്തിളങ്ങുന്ന സൂര്യപ്രകാശത്തിൽ കൊട്ടാരങ്ങളുടെ വർണപകിട്ട് കണ്ണു മഞ്ഞളിക്കുന്ന വിധത്തിലായിരുന്നു. പക്ഷേ ഇപ്പോഴീ സന്ധ്യാശോഭയിൽ കടുംനിറങ്ങൾ നീലയും പച്ചയും ചുമപ്പു മൊക്കെ മൃദുവായി സ്പന്ദിക്കുന്ന പോലെ.

"ഇതൊരു അദ്ഭുതനഗരം തന്നെ." നികോൾ പറഞ്ഞു.

അതെ, അദ്ഭുതകരം. ധ്രുവദീപ്തിയുടെ പശ്ചാത്തലത്തിൽ ഇറ്റാലിയൻ ബോറോക് വാസ്തുകലയുടെ ചാരുതയും അലങ്കാരപ്പൊലിമയും. ഇളംനീലനിറമുള്ള നേവാ നദിയുടെ കരയിൽ ആഘോഷങ്ങളുടെ പൂരം. ചെറുപ്പക്കാരാണ് സംഘം ചേർന്ന് നടക്കുകയും പാടുകയുമൊക്കെ ചെയ്യുന്നത്.

"ഇതൊക്കെ വിട്ട് പസ്കോഫിലും നോവ്ഗൊറോഡിലും പോകണമെന്നു തന്നെയാണോ?"

"അതിനെന്താ എല്ലാത്തിനും സമയമുണ്ടല്ലോ." മാഷയാണ് പറഞ്ഞത്.

പക്ഷേ ആൻഡ്രേയെ സംബന്ധിച്ചിടത്തോളം ഇവിടെ ലെനിൻഗ്രാഡിൽ പത്തു ദിവസം കൂടി ചെലവിടാനായെങ്കിൽ എത്ര നന്നായിരുന്നുവെന്ന് ഒരു നനുത്ത മോഹം. ലെനിൻഗ്രാഡ്, പെട്രോഗ്രാഡ്, സെയിന്റ് പീറ്റേഴ്സ്ബർഗ്. എല്ലാം ഒന്നുതന്നെ. പക്ഷേ ഒന്നിനു പുറകെ ഒന്നായി പേരുമാറ്റം. ആ ചരിത്രത്തെപ്പറ്റിയൊക്കെ എല്ലാം മനസ്സിലാക്കാനായെങ്കിൽ? അതും ഒന്നിച്ച് ഒരേ സമയത്ത്? അതു സഫലമാകാത്ത സ്വപ്നമാണെന്നറിയാം. ഈ നഗരം ഒരു മഞ്ഞുകാലത്ത് ആക്രമണവിധേയമായി. മഞ്ഞിൽ തട്ടിത്തടഞ്ഞ് വീണു പോയ, പിന്നീടൊരിക്കലും എഴുന്നേൽക്കാതിരുന്ന എത്രയോ സ്ത്രീപുരുഷന്മാർ തണുപ്പിൽ മരവിച്ചുറച്ചു പോയ ഭൂതലത്തിലൂടെ വലിച്ചിഴക്കപ്പെട്ട ജഡങ്ങൾ. സെയിന്റ് പീറ്റേഴ്സ്ബർഗിലെ രാജപാതയിൽ, നെവ്സ്കി പ്രോസ്പെക്റ്റ് എന്ന രാജപാതയിൽ ചിന്നിച്ചിതറിക്കിടന്ന ജഡങ്ങൾ. പ്രാണഭീതിയോടെ എവിടേക്കെന്നില്ലാതെ ഓടുന്ന ജനക്കൂട്ടം, ചീറിപ്പായുന്ന വെടിയുണ്ടകൾ. നാവികസേന, സാർ ചക്രവർത്തിയുടെ ശീതകാലകൊട്ടാരത്തെ ആക്രമിക്കുകയായിരുന്നു. ലെനിൻ, ട്രോട്സ്കി.

തന്റെ കൗമാരകാലത്തു നടന്ന, തന്റെ കൗമാരത്തിനുമേൽ അള്ളിപ്പിടിച്ചിരിക്കുന്ന ആ മഹാപ്രസ്ഥാനത്തെക്കുറിച്ചറിയാൻ സങ്കല്പിച്ചെടുക്കാൻ ഒരു വഴിയുമില്ലെന്നോ? അന്ന് അതൊക്കെ ഏതോ വിദൂരദേശത്തു നടക്കുന്നതായാണ് തോന്നിയത്, ഇന്നാണെങ്കിൽ ഇത്രയടുത്തും.

59

അന്നത്തെ സംഭവപരമ്പരകൾ നടന്ന സ്ഥലങ്ങളിലാണ് ഇന്ന് അയാളുടെ പാദങ്ങൾ പതിയുന്നത്. നഗരത്തിന് പഴയ മുഖച്ഛായ പൂർണമായും നഷ്ട മായിട്ടില്ല, പക്ഷേ വ്യക്തികളെ പുനരുജ്ജീവിപ്പിക്കാനാകില്ല, സംഭവങ്ങളെ പുനരാവർത്തിക്കാനാകില്ല. ചരിത്രസംഭവങ്ങളെ പുനർനിർമ്മിക്കുന്നതിൽ ചരിത്രകാരന്മാർ ഭാഗികമായെങ്കിലും വിജയിച്ചു, പക്ഷേ അവയൊക്കെ മനസ്സിലാക്കിയെടുക്കണമെങ്കിൽ, വർത്തമാനകാലത്തെ പാടെ ഉപേക്ഷിച്ച് സ്വന്തം പഠനമുറിക്കകത്ത് കയറി വാതിലടച്ച് ചരിത്രപുസ്തകങ്ങൾ വായി ക്കണം. ഇവിടെ ഈ തെരുവുകളിൽ ഇന്നത്തെ യാഥാർത്ഥ്യത്തിന്റെ ഭാരവും സാന്ദ്രതയും ഭൂതകാലത്തിന്റെ മായക്കാഴ്ചകളെ അടിച്ചമർത്തി യിരിക്കുന്നു; ഈ കൽപ്പടവുകളിൽ ആ ചരിത്രം കൊത്തിവെക്കാനാകു മായിരുന്നില്ല.

ഇന്ന് ഈ തെളിഞ്ഞ, മനോഹരമായ സായാഹ്നത്തിൽ ഈ നഗരം ലെനിൻഗ്രാഡായി നിലകൊള്ളുന്നു. 1963ൽ അവർ വന്നത് ഓഗസ്റ്റിലാ യിരുന്നു, സൂര്യൻ അസ്തമിച്ചു കഴിഞ്ഞിരുന്നു. ഇന്ന് അസ്തമനമായി ട്ടില്ല. എന്തോ ആഘോഷങ്ങളൊക്കെ നടക്കുന്നുണ്ട്. നദിയോരത്ത് ആൺ കുട്ടികളും പെൺകുട്ടികളും ഗിറ്റാറിൽ നിന്നുയരുന്ന സംഗീതത്തിനൊപ്പം ചുവടുവെച്ച് നൃത്തം ചെയ്യുന്നു. മറ്റു ചെലർ പുൽത്തകിടിയിലെ ബെഞ്ചു കളിലിരുന്ന് ഗിറ്റാർ മീട്ടുകയാണ്. അകമ്പടിയായി ലൈലാക് പൂക്കുല കളുടെ മർമരം. ഫ്രഞ്ച് ഉദ്യാനങ്ങളിലെന്നപോലെ സമൃദ്ധമായി പൂത്തു കുലച്ചുനില്ക്കുന്ന ലൈലാക് പൂക്കൾ, അല്പം അച്ചടക്കത്തോടെ വിരിഞ്ഞു നില്ക്കുന്ന ജാപനീസ് ലൈലാക് പൂക്കുലകൾ, അവയുടെ നേരിയ എരിവുള്ള മണം വായുവിൽ പടരുന്നു.

അവർ ഒരു ബെഞ്ചിലിരുന്നു. ഗിറ്റാറുമായെത്തിയ ചെറുപ്രായക്കാർ. അവർ ആരാവും? വിദ്യാർത്ഥികളോ, ഓഫീസുജോലിക്കാരോ, അതോ അധ്വാനിക്കുന്ന തൊഴിലാളികളോ? മാഷയോടു ചോദിക്കേണ്ടെന്നു വെച്ചു. അതല്ലെങ്കിലും അയാളുടെ മിക്കവാറും ചോദ്യങ്ങൾക്ക് അവളുടെ പക്കൽ ഉത്തരങ്ങളില്ലായിരുന്നു, അതവളെ അസ്വസ്ഥയാക്കുകയും ചെയ്തു. വിവരസ്രോതസ്സ് എന്ന നിലയ്ക്ക് അവൾ തന്നെ ഏറെ നിരാശപ്പെടുത്തി യിരിക്കുന്നു. ഒരു വേള വിദേശിയാണെന്നതിനാൽ തദ്ദേശീയർക്ക് അവളിൽ വിശ്വാസം പോരെന്നു വരുമോ? അതോ പടിപടിയായുള്ള തരംതിരിവ് മറ്റിടങ്ങളിലെന്നപോലെ ഇവിടത്തെ സമൂഹത്തിലും നിലനില്ക്കു ന്നുണ്ടോ? അധ്വാനിക്കുന്ന തൊഴിലാളികളുടെ ജീവിതത്തെപ്പറ്റി, കർഷക രുടെ ജീവിതത്തെപ്പറ്റി, അതുമല്ലെങ്കിൽ ശാസ്ത്രസാങ്കേതികമേഖല കളിലെ കഠിനപ്രയത്നങ്ങളെപ്പറ്റി മാഷയ്ക്ക് ഒരു ചുക്കും അറിയില്ല. ഇവയെയൊക്കെക്കുറിച്ചുള്ള ഉൾക്കാഴ്ചകളിലായിരുന്നു ആൻഡ്രേയ്ക്ക് ഏറെ താത്പര്യം.

“ആദ്യമായി രാത്രി മുഴുവനും ഉറക്കമൊഴിച്ചത് എനിക്കു പതിനഞ്ചു വയസ്സുള്ളപ്പോഴായിരുന്നു. അന്ന് എനിക്കെന്തു സന്തോഷമായിരുന്നെന്നോ.

അച്ഛനമ്മമാർക്ക് എങ്ങനെ ഇത്ര ശാന്തരായിരിക്കാൻ കഴിയുന്നുവെന്ന് എനിക്കു മനസ്സിലായതേയില്ല. ശരിയാണ് അന്നെനിക്കു തോന്നിപ്പോയി വയസ്സാവുന്നത് വല്ലാത്ത കഷ്ടമാണെന്ന്."

"എന്താ ഇപ്പോഴങ്ങനെ തോന്നുന്നില്ലേ?" നികോളാണ് ചോദിച്ചത്.

"മുമ്പത്തെപ്പോലെയല്ല ഇപ്പോൾ ഇന്നെനിക്ക് ഞാനുമായി പൊരുത്തപ്പെടാൻ കഴിഞ്ഞിരിക്കുന്നു. എന്താ നിങ്ങൾക്ക് യുവത്വം നഷ്ടമായതിൽ ഖേദമുണ്ടോ?"

"ഇല്ല, നമ്മോടൊപ്പം മറ്റുള്ളവർക്കും പ്രായമേറി വരികയാണെങ്കിൽ."

ഞാൻ ആദ്യമായി ഉറക്കമൊഴിച്ച രാത്രി... ആൻഡ്രേ വാക്കുകൾ ആവർത്തിക്കുകയാണ്. അയാൾക്ക് അസ്വസ്ഥത തോന്നുന്നുണ്ട്. ഈ മനോഹരരാത്രി തന്റേതല്ല, തനിക്ക് ഇതിൽ പങ്കെടുക്കാമെന്നു മാത്രം, ഇത് തന്റെ സ്വന്തമല്ല. മറ്റുള്ളവർ ചിരിക്കുന്നു, പാടുന്നു, താനതിൽ ഉൾപ്പെടുന്നില്ല, താൻ വെറുമൊരു ടൂറിസ്റ്റ് മാത്രം. അയാൾക്ക് തികച്ചും അനിഷ്ടകരമായ സ്ഥിതിവിശേഷം. പക്ഷേ ടൂറിസം ദേശീയതലത്തിൽ ബിസിനസ്സാക്കിയ രാഷ്ട്രങ്ങളിൽ ഈ സ്ഥിതിവിശേഷം ഉണ്ടാവുന്നില്ല, അവിടങ്ങളിൽ സന്ദർശകർ അതാതിടങ്ങളിലെ ജനജീവിതവുമായി ഇഴുകിച്ചേരുന്നു. ഇറ്റലിയിലെ കഫേകളിലും ലണ്ടനിലെ പബ്ബുകളിലും അയാളും മറ്റുള്ളവരെപ്പോലെ ഒരു ഉപഭോക്താവ്, അയാളുടെ എസ്പ്രസോ കോഫിക്കും അടുത്തു നില്ക്കുന്ന റോമൻ പൗരന്റെ കോഫിക്കും ഒരേ സ്വാദ്. ഇവിടെ അങ്ങനെയല്ല, ആരേയും അടുത്തറിയാനാവില്ല, തദ്ദേശീയരുടെ വിനോദകേളികളിലെന്നല്ല, ഒരു പ്രവൃത്തിയിലും അയാൾക്ക് ഇടമില്ല. ഒന്നും ചെയ്യാനില്ലാത്ത ഒരലസൻ, ഈ ഉദ്യാനത്തിൽ മറ്റാരും അലസരല്ല. താനും നികോളും മാത്രം ഒന്നും ചെയ്യാനില്ലാതെ തനിച്ചിരിക്കുന്നു. മറ്റാരും അവരെപ്പോലെ വൃദ്ധരുമല്ല. ചുറ്റിലുമുള്ളവർക്കൊക്കെ എത്ര ചെറുപ്രായമാണ്. താനും ചെറുപ്പമായിരുന്നു. അന്നത്തെക്കാലത്ത് ജീവിതത്തിനുണ്ടായിരുന്ന ആർജ്ജവവും മാധുര്യവും അയാൾക്ക് ഓർക്കാനാകുന്നുണ്ട്. ഇത്തരമൊരു രാത്രിയിലൂടെ അവരിരുവരും കടന്നുപോയിട്ടുണ്ട്, അന്നവർ ഭാവിയിലേക്കു നോക്കി പുഞ്ചിരിച്ചു. ഇന്നിവിടെ ലൈലാക് പൂക്കളുടെ സൗരഭമുണ്ട്, പ്രഭാതത്തിന്റെ നവോന്മേഷവുമുള്ള അർധരാത്രിയാണ് എന്നിരിക്കിലും ഭാവിയില്ലാത്ത വർത്തമാനത്തിന് എന്തു പ്രസക്തി? ക്ഷണനേരത്തേക്ക് അയാൾക്കു തോന്നിപ്പോയി ഇതൊരു സ്വപ്നമോ? ഞാൻ ഉണർന്നെണീക്കും, എനിക്കെന്റെ പഴയ ശരീരം, ഇരുപതുകാരന്റെ ശരീരം തിരിച്ചു പിടിക്കാനാകുമെന്നോ? അല്ല, തനിക്ക് വയസ്സായിക്കൊണ്ടിരിക്കയാണ്, ഏതാണ്ടൊരു വൃദ്ധൻ. ആശ്ചര്യവും അസൂയയും കലർന്ന ഭാവത്തോടെ അയാൾ ചുറ്റിലുമുള്ള യുവാക്കളെ നോക്കി. ഇനിയൊരിക്കലും താൻ അവരിൽ ഒരാളാവില്ല. ഇതെന്ത്, ഇതെങ്ങനെ, എനിക്കു സംഭവിച്ചു?

രണ്ടു മണിക്കൂർ ഹെർമിറ്റാഷിൽ ചെലവഴിച്ചശേഷം അവർ തിരിച്ചു നടന്നു. ഈ സന്ദർശനത്തിൽ ഇതു മൂന്നാമത്തെ തവണയാണ്. രണ്ടാമതൊരിക്കൽ കൂടി കാണണമെന്നു തോന്നിയ എല്ലാ സ്ഥലങ്ങളും അവർ വീണ്ടും കണ്ടിരിക്കുന്നു. പിറ്റേന്ന് അവർ പസ്കോഫിലേക്കു പോവുകയാണ്. അവിടെ അവർ പുഷ്കിന്റെ ഗ്രാമവും സ്മാരകസമുച്ചയവും സന്ദർശിക്കും. മാഷ പറഞ്ഞത് ആ ഗ്രാമപ്രദേശം ഏറെ ഭംഗിയുള്ളതാണെന്നാണ്. പുൽത്തകിടികളുടെ സൗരഭം നുകരാനാകുമെന്നതറിഞ്ഞ് നികോളിന് അതീവ സന്തോഷം. ലെനിൻഗ്രാഡും അതിമനോഹരമായ നഗരമാണ്, പക്ഷേ അവിടെ ശ്വാസം മുട്ടലനുഭവപ്പെടും. ഹോട്ടലിലെത്തി. റിസപ്ഷനിസ്റ്റ് താക്കോലിനോടൊപ്പം മാഷയ്ക്കു നേരെ ഒരു കുറിപ്പടിയും നീട്ടി.

"എന്തൊക്കേയോ കുഴപ്പങ്ങളുണ്ടെന്നു തോന്നുന്നു." നികോൾ പറഞ്ഞു.

"അതാവില്ല, ബില്ല് അടയ്ക്കുന്നതിന്റെ വിശദവിവരങ്ങളാവും." എന്ന് ആൻഡ്രേ.

ഒരിക്കലും തളരാത്ത ശുഭാപ്തിവിശ്വാസത്തോടെ അയാൾ കൈയിലിരുന്ന റഷ്യൻ ഗ്രാമർ പുസ്തകത്തിൽ മുഴുകി. അവൾ ഫ്രഞ്ചു പത്രം നിവർത്തി. അവൾ വളരെ ആകാംക്ഷയോടെ കാത്തിരിക്കുകയാണ്. നാളത്തെ കാർ യാത്ര. രമണീയമായ ഗ്രാമപ്രദേശങ്ങൾ, ഉന്മേഷം തരുന്ന കാറ്റ്, പിന്നെ പുതിയ പല പല കാഴ്ചകൾ. ഈ ഹെർമിറ്റാഷും സ്മോൾനിയിലെ ചരിത്രസ്മാരകങ്ങളും സാർചക്രവർത്തിമാരുടെ കൊട്ടാരങ്ങളും നീർച്ചാലുകളുമൊക്കെ കണ്ടുകണ്ട് മനഃപാഠമായി, മടുത്തു. ഇനിയും മൂന്നു ദിവസം ഇവിടെ കഴിയേണ്ടി വരുന്ന കാര്യം നികോളിന് ആലോചിക്കാൻ പോലും വയ്യ.

മാഷ മുറിയിലേക്കു വന്നു.

"അനുമതി നിഷേധിച്ചിരിക്കുന്നു." അവളുടെ ശബ്ദത്തിൽ രോഷം പതഞ്ഞുയരുന്നു.

"ഞാനിതു മുൻകൂട്ടി കണ്ടതാണ്." നികോൾ വിഷാദഭാവത്തിൽ ആത്മഗതം ചെയ്തു.

"ടൂറിസ്റ്റ് വിഭാഗത്തിലെ ഓഫീസറുമായി ഞാനൊന്ന് ഇടഞ്ഞു, പക്ഷേ ഫലമില്ല. അയാൾക്കൊന്നും ചെയ്യാനാവില്ലത്രെ, മുകളിൽ നിന്നുള്ള ഉത്തരവാണത്രെ. ഛെ? എന്തൊരു കഷ്ടമാണെന്നു നോക്കണം. അവരെന്തിനിങ്ങനെ പ്രകോപിപ്പിക്കുന്നു?"

"ആരാണീ മുകളിലുള്ളവർ?" ആൻഡ്രേ ചോദിച്ചു

"എനിക്കു ശരിക്കറിഞ്ഞുകൂടാ. അയാളൊന്നും വ്യക്തമായി പറഞ്ഞില്ല. ഒരു വേള സൈന്യത്തിന്റെ നീക്കങ്ങളുണ്ടായേക്കാം. ഇല്ലെന്നും വരാം."

നികോളിന്റെയുള്ളിൽ സംഭ്രമം ഉരുണ്ടു കൂടുന്നു; ഒരുപക്ഷേ അതിരു കവിഞ്ഞതാവാം. ഒരു കൊച്ചു തടസ്സമുണ്ടായാൽപോലും അവൾക്ക് വലിയ അക്ഷമയാണ്, ബോറടിച്ചു പോകുമെന്ന ഭയം. താനെന്താ ഞെരമ്പു രോഗിയാവുകയാണോ? നാളെ നോവ്ഗോഡിലേക്ക് പോയാലെന്താ? ഹോട്ടൽ മുറികളൊന്നും ലഭിക്കില്ലെന്നത് ഉറപ്പ്. കാരണം ഇവിടെ എല്ലാം മുൻകൂട്ടി റിസർവ് ചെയ്യണം. അപ്പോൾ പിന്നെ മോസ്കോയിൽ തങ്ങേണ്ടി വരും. വേറെ എന്തെങ്കിലും വഴി ഉടനടി ആലോചിച്ചേ മതിയാവൂ.

“നീ അന്നു പറഞ്ഞില്ലേ, ഏതോ ഒരു ദ്വീപിലെ മോണാസ്റ്ററിയെപ്പറ്റി, അവിടെ പോയാലോ?”

“അതിനും വിലക്കാവും.”

“ശ്രമിച്ചു നോക്കിയാലെന്താ?”

“ഓ, വേണ്ട വേണ്ട. അതിനൊന്നും നില്ക്കണ്ട. ഇനിയും അവർ അവളെ അതുമിതും പറഞ്ഞ് പലതവണ വട്ടം കറക്കും, എന്നിട്ട് അവസാനം പറയും പറ്റില്ലെന്ന്. നമുക്കിവിടെ സ്വൈര്യമായി കൂടാം. നേരു പറയട്ടെ, എനിക്കാ മൊണാസ്റ്ററി കാണണമെന്നേയില്ല.” ആൻദ്രേ പ്രതികരിച്ചു.

“ശരി, എന്നാപ്പിന്നെ നമുക്കതേപ്പറ്റി സംസാരിക്കയേ വേണ്ട.”

അവരിരുവരും പുറത്തേക്കു പോയതും അവളുടെ നീരസം അണ പൊട്ടിയൊഴുകി.

ഇനിയും മൂന്നു ദിവസം. എന്തൊരു മടുപ്പ്.

പൊടുന്നനെ എല്ലാമെല്ലാം മനംമടുപ്പിക്കുന്നതായി അവൾക്കനുഭവപ്പെട്ടു. നീണ്ട നേർരേഖയായി ഒടിവുവളവുകളില്ലാതെ കിടക്കുന്ന അവന്യൂകൾ, മടുപ്പിക്കുന്ന തെരുവുകൾ, സംഗീതം നിലയ്ക്കാത്ത ഭക്ഷണശാലകൾ, വിരസമായ ഹോട്ടൽ മുറി, ഇവിടത്തെ ജീവിതം, മാഷയും ആൻദ്രേയും തമ്മിലുള്ള അവസാനിക്കാത്ത ചർച്ചകൾ. അയാൾ ചൈനയെ പിന്താങ്ങി, മാഷയ്ക്ക് അവരോട് വെറുപ്പും ഭയവുമാണ്. എന്തു വിലകൊടുത്തും സഹവർത്തിത്വം എന്ന നിലപാടിനെ അയാൾ എതിർത്തു, അവൾ അതിനെ ശരിവെച്ചു. സദാസമയവും ഇതുതന്നെ. അതല്ലെങ്കിൽ ആൻദ്രേ മാഷയ്ക്ക് കഥകൾ പറഞ്ഞുകൊടുക്കും, നികോളിന് അവയൊക്കെ കാണാപാഠമാണുതാനും. അയാളെ ഒറ്റയ്ക്ക് കിട്ടുന്നതേയില്ല, അഥവാ കിട്ടിയാൽത്തന്നെ ഏതാനും നിമിഷങ്ങൾ മാത്രം, സാവകാശമായ സംഭാഷണത്തിന് അതൊട്ടും പോരാ. അയാൾ തന്റെ റഷ്യൻ പുസ്തകങ്ങളിലും അവൾ തന്റെ പത്രത്തിലും മുഴുകും. അവൾ നെറ്റി ജനലിലോടു ചേർത്തു വെച്ചു. ഹോ, പുറത്തു കാണുന്ന ആ ചർച്ച് എത്ര ഭംഗികെട്ടതാണ്, ഒരു ഭീമൻ കെട്ടിടം, കാവിയും കറുപ്പും കലർന്ന നിറം.

“അനുമതി നിഷേധിച്ചിരിക്കുന്നു.”

ഈ വിഷയത്തെപ്പറ്റി ചർച്ച ചെയ്യാനായെങ്കിൽ. വാദപ്രതിവാദം നടത്താനായിരുന്നെങ്കിൽ. പക്ഷേ എല്ലാം മാഷയുടെ ചുമലിലാണ്. അവളൊരുപക്ഷേ എളുപ്പം പരാജയം സമ്മതിക്കുന്ന സ്വഭാവക്കാരിയാണെന്നു വരാം. പക്ഷേ ഈ ആശ്രിതത്വം ഇപ്പോൾ നീരസപ്പെടുത്തുന്നു. തുടക്കത്തിൽ നികോളിന് രസം തോന്നിയെന്നതു നേര്, പക്ഷേ ഇപ്പഴത് ഒരു ഭാരമായി അനുഭവപ്പെടുന്നു. പാരീസിൽ സ്വന്തം ജീവിതത്തിന്റെ അമരത്ത് ചുക്കാൻ പിടിച്ചത് താൻ തന്നെയായിരുന്നു, ആൻഡ്രേ ഉണ്ടെങ്കിലും ഇല്ലെങ്കിലും എല്ലാ തീരുമാനങ്ങളും സ്വയം എടുത്തു. ഇവിടെ പരാമർശങ്ങളും മുൻകൈ എടുക്കലും എല്ലാം മറ്റൊരാളുടെ വക.

മാഷയുടെ ലോകത്തിലെ വെറുമൊരു ഘടകം മാത്രമാണ് താൻ. പുസ്തകങ്ങൾ തന്നെ ശരണം, പക്ഷേ വേണ്ടത്ര കൊണ്ടുവന്നിട്ടില്ല. ഏറെ താത്പര്യമുണ്ടായിരുന്നവയൊക്കെ പാരിസിൽ വെച്ചേ വായിച്ചുതീർത്തിരുന്നു. വീണ്ടും ജനലോരത്തേക്ക്. ഇവിടിരുന്നാൽ പൊതുഉദ്യാനവും ചത്വരവും കാണാം. ബെഞ്ചുകളിൽ ഇരിപ്പുറപ്പിച്ചവർ. ഉച്ചനേരത്തെ മടുപ്പിക്കുന്ന വെളിച്ചത്തിൽ എല്ലാത്തിനും ഒരുത്സാഹക്കുറവ്. സമയം സ്തംഭിച്ചു നില്ക്കുംപോലെ. വല്ലാത്തൊരവസ്ഥ. അവൾക്ക് ഉറക്കെ വിളിച്ചു കൂവാൻ തോന്നി. ഇത് നീതിയല്ല കേട്ടോ. സമയത്തിന് ഒരു നിയമവുമില്ല, ചിലപ്പോൾ അതിവേഗം, മറ്റുചിലപ്പോൾ ഇഴഞ്ഞിഴഞ്ഞ്. അധ്യാപികയായി ബോർഗിലെ സ്കൂളിലെ മുൻവാതിലിലൂടെ കടന്നുപോയിരുന്ന ആ കാലം. അന്ന് തനിക്ക് വിദ്യാർത്ഥികളോളം ചെറുപ്പമായിരുന്നു, മുടി നരച്ചു തുടങ്ങിയ മുതിർന്ന അധ്യാപകരെ എത്ര സഹതാപത്തോടെയാണ് അന്നു വീക്ഷിച്ചത്. പക്ഷേ കണ്ണടച്ചു തുറക്കുംമുമ്പ് ഇതാ തനിക്കും വയസ്സായി, റിട്ടയർമെന്റോടെ ഹൈസ്കൂളിന്റെ വാതിലും അടഞ്ഞുപോയി. വർഷങ്ങളോളം തനിക്കു പ്രായമാകുന്നതേയില്ലെന്ന ഒരു കപടബോധം വിദ്യാർത്ഥികൾ അവളിൽ അങ്കുരിപ്പിച്ചു. ഓരോ പുതുവർഷത്തിലും അവളവരെ വീണ്ടും കണ്ടു, അവർക്കൊക്കെ എന്നത്തേയുംപോലെ ചെറുപ്പം, അതുകൊണ്ടുതന്നെ തനിക്കും മാറ്റമൊന്നുമില്ലെന്ന് വിശ്വസിച്ചുപോയി. സമയ പാരാവാരത്തിൽ താനൊരുറച്ച പാറക്കല്ലാണെന്ന്, തിരകൾ തുടരെത്തുടരെ ആഞ്ഞടിക്കുന്നെങ്കിലും അചഞ്ചലവും അഭംഗുരവുമായ പാറക്കല്ല്. ഇപ്പോൾ ആ തിരകൾ അവളേയും ഒഴുക്കിക്കൊണ്ട് പോവുകയാണ്, മരണതീരത്തെത്തിക്കാൻ. ഖേദകരമെന്നു പറയട്ടെ, അവളുടെ ജീവിതം വഴുതി നീങ്ങുകയാണ്. ഓരോ മണിക്കൂറും ഓരോ നിമിഷവും വഴുതി നീങ്ങുകയാണ്. ഓരോന്നിനും അതാതിന്റെ സമയമുണ്ട്, പഞ്ചസാര അലിയാൻ, ഓർമ്മകൾ തണുക്കാൻ, മുറിവുകൾ ഉണങ്ങാൻ, മടുപ്പ് അവസാനിക്കാൻ. എല്ലാത്തിനും കാത്തിരിക്കണം. രണ്ടു തരം താളലയങ്ങൾക്കു മധ്യേ ഒരു വിചിത്രമായ പിളർപ്പ്. എന്റെ ദിനങ്ങൾ കുതിച്ചോടുകയാണ്, പക്ഷേ എന്റെ ഓരോ ദിവസവും പാഴാക്കപ്പെടുന്നു.

അവൾ ജനലരികിൽ നിന്നു മാറി. മനസ്സിനകത്തും കണ്ണെത്താവുന്നേടത്തോളം ദൂരം വരെ പുറത്തും വല്ലാത്തൊരു ശൂന്യത. കഴിഞ്ഞ വർഷംവരെ ഫിലിപ്പിനെ ഗവേഷണത്തിൽ കുറച്ചൊക്കെ സഹായിച്ചിരുന്നു. അതിനപ്പുറം അവനെ സഹായിക്കാൻ ആകുമായിരുന്നില്ല. മാത്രമല്ല അവൻ താമസവും മാറ്റിയല്ലോ. ഒരു ലക്ഷ്യവുമില്ലാതെ വെറുതെയിങ്ങനെ വായിച്ചുകൊണ്ടിരിക്കുക, പദപ്രശ്നം പൂരിപ്പിക്കുക, തെറ്റു കണ്ടെത്തുന്ന കളി കളിക്കുക എല്ലാംതന്നെ വിരസമാണ്. ഒരിക്കൽ അവൾ ആലോചിച്ചിരുന്നതാണ്. “സമയം കിട്ടും. എന്റേതു മാത്രമായി വേണ്ടിടത്തോളം സമയം. അതെന്തൊരു ഭാഗ്യമായിരിക്കും.” ഒന്നും ചെയ്യാനില്ലെന്നു വരുന്നത് ഭാഗ്യത്തിന്റെ ലക്ഷണമേയല്ല. മാത്രമല്ല, ഒരുപാട് ഒഴിവുസമയമുണ്ടാവുന്നത് നിർധനനാകുന്നതിനു സമമാണ്.

പണ്ട് അതിരാവിലെ തിരക്കിട്ട് വീട്ടിൽ നിന്നിറങ്ങുമ്പോൾ, അഥവാ മെട്രോ സ്റ്റേഷനിൽ നിന്നുള്ള അടിപ്പാതയിലൂടെ പുറത്തേക്കു കടക്കുമ്പോൾ, പൊടുന്നനെ, കണ്ണിൽപെടുന്ന കാഴ്ചകൾ - ഓടുപാകിയ മേൽക്കൂരകളിൽ തത്തിക്കളിക്കുന്ന സൂര്യകിരണങ്ങൾ, ആകാശത്തിന്റെ വർണശബളിമ... എല്ലാം ആവേശത്തോടെ മനസ്സിൽ ആനന്ദം പൊട്ടിവിരിയിക്കുമായിരുന്നു. ഇപ്പോൾ എല്ലാ അനുഭവങ്ങളും ഉൾക്കൊള്ളാൻ തയ്യാറായി തെരുവുകളിലൂടെ സാവകാശം നടന്നുനീങ്ങുമ്പോൾ അത്തരം അനുഭൂതി ഉണ്ടാകുന്നില്ല. സൂര്യന്റെ പ്രജ്വലത മനസ്സിലാവുന്നത് അടഞ്ഞുകിടക്കുന്ന ജാലകങ്ങളുടെ വിള്ളലുകളിലൂടെ പ്രകാശക്കീറ് അരിച്ചെത്തുമ്പോഴാണ്, അല്ലാതെ ഉഗ്രപ്രതാപിയായ സൂര്യനെ നേർക്കുനേർ നിന്നു നോക്കുമ്പോഴല്ല.

അവൾക്കൊരിക്കലും മടുപ്പുമായി പൊരുത്തപ്പെടാനായിട്ടില്ല. ഇന്ന് ആ യാതന, ഒരുതരം മനോപീഡയിലെത്തി നില്ക്കയാണ്, കാരണം ആ പീഡ നിറഞ്ഞു തുളുമ്പി ഭാവിയിലേക്കും ഒഴുകിപ്പരക്കുകയാണ്. ഇനി വർഷങ്ങളോളം, മരണം ഇങ്ങെത്തുംവരെ, ബോറടി മാത്രം. എന്തെങ്കിലും പ്രോജക്റ്റുകൾ കിട്ടിയിരുന്നെങ്കിൽ, ഏതെങ്കിലും ജോലിയിൽ ഏർപ്പെടാൻ കഴിഞ്ഞിരുന്നെങ്കിൽ എത്ര നന്നായിരുന്നേനേ. അവൾ ആത്മഗതം ചെയ്തു. പക്ഷേ വൈകിപ്പോയിരിക്കുന്നു. കുറെ മുമ്പെ തുടങ്ങേണ്ടതായിരുന്നു. കുറ്റം അവളുടേതുതന്നെ. അല്ലല്ല, അവളുടെ മാത്രം കുറ്റമല്ല, ആൻഡ്രേയും സഹായത്തിനെത്തിയില്ലല്ലോ. അയാൾ സമ്മർദ്ദം ചെലുത്തി, എന്തോ ഒരാന്തരോദ്ദേശത്തോടെ തന്നെ തടുത്തു. “മതി, ഒരുപാടു പണിയെടുത്തതല്ലേ, ഇനി മതി; വരൂ വന്നു കിടക്കൂ... കുറച്ചു നേരം കൂടി ഉറങ്ങാം... വരൂ, നമുക്കൊന്നു നടന്നിട്ടു വരാം... ഞാൻ നിന്നെ സിനിമയ്ക്കു കൊണ്ടു പോകാം.”

ബോധപൂർവമല്ലായിരുന്നെങ്കിലും അയാൾ അവളുടെ എല്ലാ മോഹങ്ങളേയും ചതച്ചരച്ചു. “അയാൾക്കു വഴങ്ങിക്കൊടുക്കേണ്ടതില്ലായിരുന്നു.”

മനസ്സിനകത്ത് അടിഞ്ഞുകൂടി കിടക്കുന്ന എന്തൊക്കേയോ നീരസങ്ങൾ. അവൾ അവയെ കണ്ടെത്തുന്ന തിരിക്കിലായിരുന്നു. അതിനു കാരണമുണ്ട്. ആൻഡ്രേ ഈ ചെയ്തത് അവൾക്ക് തീരെ ഇഷ്ടപ്പെട്ടിട്ടില്ല. അവളുമായി ചർച്ചപോലും ചെയ്യാതെ അയാളൊരു തീരുമാനമെടുത്തിരിക്കുന്നു, "നമുക്കിവിടെയങ്ങ് താമസിക്കാം." അതിലുപരി, അതെ, അതിലുപരി മാഷയെ കുറച്ചുനേരത്തേക്കെങ്കിലും ഒരല്പം മാറ്റിനിർത്താനുള്ള യാതൊരുവിധ നീക്കവും ആൻഡ്രേയുടെ പക്ഷത്തുനിന്ന് ഉണ്ടാവുന്നില്ല, അത്തരമൊരു ചിന്തയേ അയാൾക്കില്ല. എന്നോട് ഇഷ്ടക്കുറവ് തോന്നുന്നുണ്ടോ ആവോ? പാരീസിലാണെങ്കിൽ പഴക്കവഴക്കങ്ങൾ ഇരുവരേയും മുറുകെ, മറ്റൊന്നിനും ഇടയ്ക്ക് നുഴഞ്ഞു കയറാനാവാത്തവിധം ഇണക്കിച്ചേർത്തുവെന്നതു ശരി. പക്ഷേ അടിത്തട്ടിൽ സജീവവും സത്യവുമായ മറ്റെന്തോ ഇല്ലേ? അയാളെനിക്ക് എന്താണെന്നത് അയാൾക്ക് ഞാൻ എന്താണെന്നതിനുള്ള ഉത്തരമല്ല. ആൻഡ്രേയോടു സംസാരിക്കണം, അവൾ തീരുമാനിച്ചു. മാഷയ്ക്ക് വേറേയും ഒരുപാട് കാര്യങ്ങൾ ചെയ്യാനുണ്ട്; അവളെ എപ്പോഴും കൂടെക്കൂട്ടിക്കോളണമെന്ന് നിർബന്ധമൊന്നുമില്ലല്ലോ. എന്നാലും ആൻഡ്രേയുമായി ഒരു സ്വകാര്യസംഭാഷണത്തിന് അവസരം ഒരുക്കിയിട്ട് എന്തു പ്രയോജനം? അയാൾക്ക് അങ്ങനെയൊരാവശ്യം സ്വമേധയാ തോന്നുന്നതേയില്ലെന്നു വന്നാൽ? ഇല്ല, വേണ്ട അയാളോടു സംസാരിക്കേണ്ട അതിന്റെ ആവശ്യമില്ല. അവൾ ഫിലിപ്പിന് കത്തെഴുതാനിരുന്നു.

"ദേ, ഈ ചർച്ചിൽ സർവീസുണ്ട്, അകത്തേക്കു പോണമെന്നുണ്ടോ?" മാഷ ചോദിച്ചു.

"പിന്നില്ലാതെ. ചെന്നു നോക്കിക്കളയാം ആഹാ? എല്ലാം സ്വർണമയം. എന്തൊരു ഭംഗി."

ചുമരുകളിലും തിരശ്ശീലകളിലുമുള്ള രൂപങ്ങൾക്ക് മൃദുവായ തങ്കത്തിളക്കം, നിഴലുകൾക്കുപോലും സ്വർണനിറം. പക്ഷേ വായുവിൽത്തങ്ങി നിന്നിരുന്ന മണം ആൻഡ്രേയ്ക്കു സഹിക്കാനായില്ല. എന്തൊക്കെയോ പുകയുന്നു, സുഗന്ധത്തിരികൾ, മെഴുതിരികൾ, കുന്തിരിക്കം, സാമ്പ്രാണി അങ്ങനെ പലതും. പിന്നെ തറയിൽ മുട്ടുകുത്തിയിരുന്ന് ജപിക്കുകയും നിരങ്ങുകയും ഇഴയുകയും ശിലാഫലകങ്ങളെ ചുംബിക്കുകയും ചെയ്തിരുന്ന ദരിദ്രരും വൃദ്ധരുമായ സ്ത്രീകളിൽ നിന്ന് പ്രസരിക്കുന്ന മണം. കത്തോലിക്ക പള്ളികളേക്കാൾ നിന്ദ്യവും അസഹ്യവുമായ പ്രകടനം. പുറകിൽ ഇടതു വശത്തുനിന്ന് ഉയരുന്ന ഒരു മൂളക്കം. അവരങ്ങോട്ടു ചെന്നു. എന്തൊരു വിചിത്രമായ കാഴ്ച. കറുത്തു നീണ്ട് പട്ടുപോലെ മിനുത്ത താടിയുള്ള സർവാലങ്കാരഭൂഷിതനായ വൈദികനു ചുറ്റും വട്ടം ചുറ്റുന്ന സ്ത്രീപുരുഷന്മാർ ചെറുപ്പക്കാരായ സ്ത്രീപുരുഷന്മാർ, അവരുടെ കൈകളിൽ വെളുത്ത കുപ്പായമണിഞ്ഞ വാവിട്ടു കരയുന്ന കൊച്ചു

കുഞ്ഞുങ്ങൾ, വൈദികൻ ജപങ്ങൾ ഉരുവിട്ടുകൊണ്ട് അവരുടെ മേൽ പുണ്യജലം തളിക്കുകയാണ്. ഇതെന്തൊരു കളി? കരയുന്ന കുഞ്ഞുങ്ങളെ കൈകളിലുയർത്തി ചാഞ്ചാടിപ്പിച്ചുകൊണ്ട് അച്ഛനമ്മമാർ വട്ടം ചുറ്റുന്നു.

"കൂട്ട ബാപ്റ്റിസം. ഞാനിതിനുമുമ്പ് ഇങ്ങനെയൊന്നു കണ്ടിട്ടില്ല." മാഷ പറഞ്ഞു.

"മാതാപിതാക്കൾ കുട്ടികളെ മാമ്മോദീസാ മുക്കുന്നതു പതിവാണോ?"

"കുഞ്ഞുങ്ങളുടെ മുത്തശ്ശനും മുത്തശ്ശിയും വൃദ്ധരാണെങ്കിൽ, വിശ്വാസികളാണെന്നു വരികിൽ, അവരെ മുറിവേല്പിക്കണ്ടെന്നു കരുതി ചെയ്യുന്നതാവും..."

"ആട്ടെ, മറ്റവിടെ എന്താ നടക്കുന്നത്?" നികോൾ ചോദിച്ചു.

ചുമരിനോടു ചേർത്തു വലിയ വലിയ ഒഴിഞ്ഞ ശവപ്പെട്ടികൾ നിര നിരയായി നിർത്തിയിരിക്കുന്നു. ആറെണ്ണം ഒരു വരിയിലായി താഴേക്കിറക്കി വെച്ചിരിക്കുന്നു. ഓരോന്നിലും ജഡശരീരമുണ്ട്, മുഖങ്ങൾ മൂടിയിട്ടില്ല. കരുവാളിച്ച, മെഴുകുപോലുള്ള മുഖങ്ങൾ, താടി മൂർദ്ധാവിലേക്ക് വലിച്ചു കെട്ടിയിട്ടുണ്ട്. എന്തേ മരിച്ചവർക്കെല്ലാം ഒരേ മുഖച്ഛായ?

"നമുക്കു പോകാം."

"എന്താ ഇതൊക്കെ കണ്ട് അസ്വസ്ഥത തോന്നുന്നുണ്ടോ?"

"ഇല്ലാതെ പിന്നെ, നിനക്കും അസ്വസ്ഥത തോന്നുന്നില്ലേ?"

"ഇല്ല."

സ്വന്തം മരണത്തെ അന്യമനസ്കതയോടെ നോക്കിക്കാണാൻ അയാൾക്കു കഴിയുമായിരുന്നു.

ജീവിക്കുക, മരണത്തെ അതിജീവിക്കുക അതാണ് മരണത്തേക്കാൾ യാതനാഭരിതമെന്നാണ് ആൻഡ്രേയുടെ പക്ഷം. മറ്റുള്ളവരുടെ മരണം... അതേക്കുറിച്ച് അയാൾ മനക്കട്ടി നേടിയിരിക്കുന്നു. ഇരുപതാം വയസ്സിൽ അച്ഛൻ മരിച്ചപ്പോൾ ഏങ്ങലടിച്ചു കരഞ്ഞിരുന്നു. സഹോദരിയോട് അങ്ങേയറ്റം സ്നേഹമായിരുന്നെങ്കിലും രണ്ടു വർഷം മുമ്പ് അവളെ കുഴിമാടത്തിലേക്കെടുത്തപ്പോൾ ഒരിറ്റു കണ്ണീരു പോലും ചിന്തിയില്ല,. അമ്മയോ? ആൻഡ്രേ അമ്മയെപ്പറ്റിയോർത്ത അതേ നിമിഷം മാഷയും അവരെപ്പറ്റി, തന്റെ മുത്തശ്ശിയെപ്പറ്റി ഓർത്തുപോയി.

"മുത്തശ്ശി മരിക്കുന്നതിനുമുമ്പ് അവരെയൊന്നു കാണണമെന്നുണ്ട്. അവർ മരിച്ചുപോയാൽ അച്ഛൻ ഏറെ സങ്കടപ്പെടുമോ?"

"എന്തോ എനിക്കറിയില്ല." അല്പം സങ്കോചത്തോടെയാണ് ആൻഡ്രേ പ്രതികരിച്ചത്. നികോളിന് അതു കേട്ട് അദ്ഭുതം.

"പക്ഷേ നിനക്കവരോട് വളരെ സ്നേഹമാണല്ലോ. എനിക്കു വല്ലാത്ത സങ്കടം തോന്നും. മാത്രവുമല്ല മറ്റൊരു വിചിത്ര ബോധവും ഉണ്ടാകും.

നമുക്ക് മുമ്പേയുള്ള തലമുറയിലെ ആരും ബാക്കിയില്ലെന്ന്. നമ്മൾ ഒരു പടി കൂടി മുന്നോട്ടു, വൃദ്ധാവസ്ഥയിലേക്ക് തള്ളപ്പെട്ടുവെന്ന്."

ടാക്സിയിലാണ് നെവ്സ്കിയിലേക്കു പോയത്. തുറസ്സായ കഫേ. അവർ ഇരിപ്പുറപ്പിച്ചു. അയാൾ കോണ്യാക് ആവശ്യപ്പെട്ടു, അതത്ര നന്നായിരുന്നില്ല. ഇത്തരം കഫേകളിൽ വോഡ്ക ലഭ്യമല്ല. കോണ്യാകിന് തീപിടിച്ച വിലയും. മദ്യപാനം നിരുത്സാഹപ്പെടുത്താനുള്ള അടവാണ്. പക്ഷേ പലരും വോഡ്കാക്കുപ്പി പോക്കറ്റിൽ കരുതിയാണ് വരാറുള്ളത്.

"ഇത്തരത്തിൽ മതാനുഷ്ഠാനങ്ങളോടെയുള്ള ശവമടക്ക് പതിവാണോ?"

"അല്ല. മിക്കപ്പോഴും വൃദ്ധകളാണ് ഈ ആവശ്യം ഉന്നയിക്കുക. പള്ളിമുൻനിന്നു ശവമടക്കു നടത്തണമെന്നോ അതോ പള്ളിയിലേക്ക് തന്റെ ജഡം എത്തിക്കണമെന്നോ ഒക്കെ അവരാണ് ആവശ്യപ്പെടാറ്." അല്പമൊന്നു മടിച്ചാണ് മാഷ ഇത്രയും പറഞ്ഞതെങ്കിലും തുടർന്നു:

"ഒരു ഞായറാഴ്ച പള്ളിയിലെത്തിയ എനിക്ക് വല്ലാത്ത ആശ്ചര്യം തോന്നി. പതിവിൽക്കവിഞ്ഞ് ഒരുപാട് പുരുഷന്മാർ അതും മധ്യവയസ്കരും ചെറുപ്പക്കാരും..."

"ഇതു കഷ്ടം തന്നെ." ആൻഡ്രേ പറഞ്ഞു.

"അതെ."

"ആളുകൾ സ്വർഗത്തിൽ വിശ്വസിക്കുന്നുവെങ്കിൽ, അവർക്ക് ഭൂമിയിൽ വിശ്വാസമില്ലെന്നർഥം. അതായത് പൊതുസമ്പത്താണ് സൗഖ്യാവസ്ഥ എന്ന നിങ്ങൾ പ്രചരിപ്പിക്കാൻ ശ്രമിക്കുന്ന നയം വിജയകരമാകുന്നില്ലെന്നർഥം."

"ഓ? പൊതുസമ്പത്ത് അതങ്ങ് പെരുപ്പിച്ചു പറയല്ലേ. സൈദ്ധാന്തികമായി, ആശയപരമായി പാളിച്ചകൾ സംഭവിച്ചുകൊണ്ടിരിക്കുന്ന ഒരു ഘട്ടത്തിലൂടേയാണ് ഞങ്ങളിപ്പോൾ കടന്നുപോകുന്നത്. അക്കാര്യം ഞാൻ നിഷേധിക്കുന്നേയില്ല."

"പക്ഷേ ഈ ഘട്ടം, ഇതെത്രനാൾ നീണ്ടു നില്ക്കും?"

"എനിക്കറിഞ്ഞുകൂടാ. വാസ്സിലിയെപ്പോലെ ഉത്സാഹവും ആർജ്ജവവും ഉള്ള ചെറുപ്പക്കാരുണ്ട്. സന്തോഷവും സ്വാതന്ത്ര്യവും ഒഴിവാക്കാതെയുള്ള സോഷ്യലിസത്തിനായി അവർ പൊരുതും."

"കൊള്ളാം, നല്ല പദ്ധതി തന്നെ." ആൻഡ്രേയുടെ സ്വരത്തിൽ ഉറപ്പില്ല.

"നിങ്ങൾക്ക് വിശ്വാസമില്ല?"

"എന്നു പറയില്ല. പക്ഷേ അത്തരമൊരു സോഷ്യലിസം എനിക്കു സങ്കല്പിക്കാൻ പോലും കഴിയുന്നില്ല."

അതെ, അയാളുടെ അസ്വസ്ഥതയ്ക്ക് ഒരു പേരുണ്ട്, ഇച്ഛാഭംഗം. ആ വാക്ക് ഉപയോഗിക്കാൻ അയാൾക്ക് ഇഷ്ടമേയല്ല, പക്ഷേ ഉപയോഗിക്കാൻ നിർബന്ധിതനായിരിക്കുന്നു. ചൈന, ക്യൂബ, റഷ്യ എന്തിന് അമേരിക്ക പോലും സന്ദർശിച്ചു തിരിച്ചെത്തിയവർ പറയുന്ന പതിവു വാചകമുണ്ട്. എനിക്ക് വല്ലാത്ത ഇച്ഛാഭംഗം അനുഭവപ്പെട്ടു. അത്തരക്കാരോട് പൊതുവെ അയാൾക്ക് വെറുപ്പായിരുന്നു. മുൻകൂർ സങ്കല്പങ്ങളുമായി ഒരിടത്തേക്കു ചെല്ലുന്നതു തെറ്റാണ്, യാഥാർത്ഥ്യങ്ങൾ സങ്കല്പങ്ങളെ അപ്പാടെ തൂത്തെറിയും. തെറ്റ് സന്ദർശകരുടേതാണ്, യാഥാർഥ്യത്തിന്റേതല്ല. പക്ഷേ ഇപ്പോൾ തനിക്കു സംഭവിച്ചുകൊണ്ടിരിക്കുന്നതും അതുതന്നെയാണ്. താനും അതുതന്നെയല്ലേ അനുഭവിക്കുന്നത്? ശാസ്ത്രസ്ഥാപനങ്ങളുള്ള നഗരങ്ങളോ, സൈബീരിയയോ, വർജിൻ ദ്വീപുകളോ, സന്ദർശിച്ചിരുന്നെങ്കിൽ സ്ഥിതിഗതികൾ വ്യത്യസ്തമായിരുന്നേനേ. പക്ഷേ മോസ്കോയിലും ലെനിൻഗ്രാഡിലും പ്രതീക്ഷിച്ചതൊന്നുമല്ല താൻ കണ്ടെത്തിയത്. അതിരിക്കട്ടെ, കൃത്യമായി എന്തായിരുന്നു താൻ പ്രതീക്ഷിച്ചത്? അതും അവ്യക്തം. എന്തായാലും അതൊന്നും കാണാനായില്ല. ഉവ്വ്, റഷ്യയും പശ്ചിമരാജ്യങ്ങളും തമ്മിൽ വലിയ അന്തരമുണ്ട്. ഫ്രാൻസിലാണെങ്കിൽ ഉള്ളവരും ഇല്ലാത്തവരും തമ്മിലുള്ള വിടവിന്റെ ആഴം കൂട്ടുകയേ സാങ്കേതികപുരോഗതി ചെയ്തുള്ളൂ. ഇവിടെ, റഷ്യയിൽ സാങ്കേതികപുരോഗതി സകലർക്കും ഒരേപോലെ ഗുണകരമായിത്തീരുന്ന വിധത്തിലുള്ള പുതിയൊരു സാമ്പത്തികഘടന നിലവിലുണ്ട്. സോഷ്യലിസം യാഥാർത്ഥ്യമായിത്തീരും. അത് ലോകമാസകലം വിജയക്കൊടി പറത്തുന്ന നാൾ വന്നെത്തും. ഈ പാളിച്ചകൾ താത്കാലികമാണ്. ലോകമാസകലം, ഒരു വേള ചൈനയിലൊഴികെ (ആ രാജ്യത്ത് എന്തു നടക്കുന്നുവെന്നത് അനിശ്ചിതവും യാതൊരുവിധത്തിലും സമാശ്വാസം തരുന്നതുമല്ല) സംഗതികൾ പിന്നോട്ടു വഴുതുന്ന കാലഘട്ടമാണിതെന്നു വരാം. ഇതിൽ നിന്നു കരകയറാനാകും എന്ന കാര്യം ഉറപ്പാണ്. ഉവ്വ്, കഴിയും, സാധ്യതകൾ തെളിയും. ആ സാധ്യതകളെ പരിശോധിച്ചു നിജപ്പെടുത്താൻ ആൻഡ്രേ ആളല്ല. ചെറുപ്പക്കാർക്ക് ഇതു മറ്റേതു കാലം പോലേയും കഷ്ടകാലമാണ്, ഇരുപതുവയസ്സിൽ തനിക്കു സഹിക്കേണ്ടി വന്നിട്ടുള്ള പോലെയുള്ള കഷ്ടകാലം തന്നെ, അതിൽ കൂടുതലൊന്നുമില്ല. ഒരൊറ്റ വ്യത്യാസം അവരുടെ തുടക്കബിന്ദു, തന്റെ അന്തിമബിന്ദുവാണെന്നു മാത്രം. ഈ പ്രായത്തിൽ ഇനി ഒരു പുനരുത്ഥാനത്തിന് സാക്ഷിയാകാൻ പറ്റുമെന്നു തോന്നുന്നില്ല. നന്മയിലേക്കുള്ള പാത, മൂർത്തിമത്തായ തിന്മയേക്കാൾ മോശമാണ് എന്ന് മാർക്സ് പറയുന്നുണ്ടല്ലോ. ചെറുപ്രായത്തിൽ, അനന്തത മൃഗതൃഷ്ണയായി മുന്നിൽനിന്നു പ്രലോഭിപ്പിക്കുന്ന യൗവനകാലത്ത്, ഒരൊറ്റ കുതിപ്പിന് എത്രയോ ദൂരം താണ്ടാനാവും. പക്ഷേ പിന്നീട്, വയസ്സാകുമ്പോൾ ചരിത്രപരമായ നാശനഷ്ടങ്ങളെ അതിജീവിക്കാനായി വേണ്ടത്ര കരുത്തില്ലാതാവും, അവയൊക്കെ ഭീതിയുണർത്തും

വിധം ഭീമാകാരം പൂണ്ടിരിക്കും. സ്വന്തം ജീവിതത്തെ ന്യായീകരിക്കാൻ ഇന്നുവരെ അയാൾ ചരിത്രത്തെയാണ് ആശ്രയിച്ചത്. ഇനിയങ്ങോട്ട് അതു പറ്റുമെന്നു തോന്നുന്നില്ല.

എന്തൊക്കെയായാലും സമയം പെട്ടെന്നു കടന്നുപോയി. നോവ്ഗോറോഡിൽ ആഹ്ലാദകരമായ രണ്ടു ദിവസങ്ങൾ. ഇനി ഒരാഴ്ച തികച്ചില്ല പാരീസിൽ തിരിച്ചെത്താൻ. എല്ലാം പഴയ പടി, വീട്, ജീവിതം, പിന്നെ ആൻഡ്രേയും. അയാൾ അവളെ നോക്കി മന്ദഹസിക്കുകയാണ്

"നിനക്ക് ഡാചയിലേക്കു പോകണമെന്നു പറഞ്ഞില്ലേ, അതൊക്കെ മാഷ ഏർപ്പാടാക്കിയിരിക്കുന്നു."

മാഷ എത്ര നല്ലവളാണ്.

ഒരു സുഹൃത്തിന്റേതാണ്, മുപ്പതു കിലോമീറ്റർ ദൂരമുണ്ട്. യൂറി നമ്മെ അവിടെ കൊണ്ടുചെന്നാക്കും. ഈ ഞായറാഴ്ചയല്ല, അടുത്ത ഞായറാഴ്ച.

"അടുത്ത ഞായറാഴ്ചയോ, പക്ഷേ നമ്മൾ ചൊവ്വാഴ്ച തിരിച്ചു പോവുകയാണല്ലോ?"

"ഹേയ് ഇല്ലില്ല നികോൾ, നിനക്കോർമയില്ലേ നമ്മൾ തിരിച്ചുപോക്ക് പത്തു ദിവസത്തേക്ക് നീട്ടിവെക്കാൻ തീരുമാനിച്ചത്?"

"എന്നോട് ഒരു വാക്കുപോലും ചോദിക്കാതെ എല്ലാം സ്വയമങ്ങു തീരുമാനിച്ചോ?"

പൊടുന്നനെ അപായസൂചന! മസ്തിഷ്കത്തിൽ ചുവന്ന പൊടിപടലം, കണ്ണിനു മുന്നിൽ ചുവന്ന പുകമറ, തൊണ്ടയിൽ നിന്ന് ഉയരുന്ന അലമുറ. കണ്ടോ എന്നെപ്പറ്റി ഒരു വിചാരവുമില്ല. എന്നോട് ഒരൊറ്റ വാക്കു പോലും ചോദിക്കാതെ, പറയാതെ...

"നോക്കൂ, ഞാൻ പറഞ്ഞതാണ്. നമ്മളതേപ്പറ്റി സംസാരിക്കയും ചെയ്തു. നിന്നോടു ചോദിക്കാതേയും പറയാതേയും ഞാനെന്തെങ്കിലും തീരുമാനിക്കുമോ? നീ സമ്മതിച്ചതാണ്."

"നീ നുണ പറയുകയാണ്."

"ഓർമ്മയില്ലേ, അന്ന് മാഷയുടെ വീട്ടിൽ വെച്ച് ഞാനല്പം കൂടുതൽ വോഡ്ക അകത്താക്കിയത്? അന്നു നീ പറഞ്ഞില്ലേ മുൻകൂർ ലക്ഷണങ്ങൾ കാണുന്നുണ്ടെന്ന്? പിന്നെ നമ്മൾ ബകൗവിൽ ചെന്ന് അത്താഴം കഴിച്ചു. തിരിച്ചു വന്ന്, മുറിയിൽ നമ്മളൊറ്റക്കായ സമയത്ത് ഞാൻ നിന്നോട് ഇക്കാര്യം പറഞ്ഞു."

"ഇല്ലേയില്ല. നീയൊന്നും ഒരിക്കലും പറഞ്ഞിട്ടില്ല. പറഞ്ഞിരുന്നെങ്കിൽ ഞാനക്കാര്യം ഓർമ്മിച്ചു വെച്ചിരുന്നേനേ. ഞാനങ്ങനെ മറക്കുന്ന പ്രകൃതക്കാരിയല്ല. എന്നോടു പറയാതെ നീ തീരുമാനിച്ചു, എന്നിട്ടിപ്പോ നുണ പറയുന്നോ?"

“നീ മറന്നതാണ്. എല്ലാം ഏർപ്പാടാക്കി നിന്നെ അറിയിക്കുക, അങ്ങനെ ഞാൻ എപ്പോഴെങ്കിലും ചെയ്തിട്ടുണ്ടോ?”

“എല്ലാത്തിനും ആദ്യത്തെ തവണ എന്നൊന്നുണ്ടല്ലോ. അതുമല്ല, നീ നുണ പറയുന്നത് ഇതാദ്യമായല്ലല്ലോ.”

പണ്ടൊന്നും അയാളൊരിക്കലും നുണ പറയുമായിരുന്നില്ല. പക്ഷേ ഈ വർഷം രണ്ടു തവണ കൊച്ചു നുണകൾ പറഞ്ഞു. പിടിക്കപ്പെട്ടപ്പോൾ ചിരിച്ചു തമാശയായി തള്ളിക്കളയാൻ ശ്രമിച്ചു.

“പ്രായത്തിന്റെ കുഴപ്പമാണ്. എല്ലാത്തിനുമൊരു മടിയും. വിസ്തരിച്ചു പറയാൻ ഒരുപാടു സമയമെടുത്തെന്നു വരും. അതുകൊണ്ട് ഒരു കുറുക്കു വഴി. അത്രയേയുള്ളു.”

ഇനിയങ്ങനെയുണ്ടാവില്ലെന്ന് ആണയിട്ടു പറഞ്ഞതാണ്. ദേ ഇപ്പഴിതാ വീണ്ടും. ഇത്തവണ സംഗതി അല്പം ഗുരുതരമാണ്. ഒഴിഞ്ഞ മദ്യകുപ്പി ഒളിപ്പിച്ചതോ, ഡോക്ടറെ സന്ദർശിക്കാൻ മറന്നുപോയതോപോലെ നിസ്സാരമല്ല. അവൾക്കു വന്ന കോപത്തിന് അതിരില്ല. വളരെ വിരളമായേ അവൾക്ക് ആൻഡ്രേയോട് കോപം തോന്നാറുള്ളൂ. പക്ഷേ അങ്ങനെ ഉണ്ടായാൽ പിന്നെ ആകെ ചുഴലിക്കാറ്റാണ്. ആ ചുഴലി അവളെ അയാളിൽ നിന്നും തന്നിൽനിന്നും വളരെ അകലേക്ക് കൊണ്ടുപോകും, സ്വന്തം ശരീരം അന്യമായിത്തീർന്നപോലെ, ആയിരമായിരം കിലോമീറ്ററുകളകലെ തണുത്തുമരവിപ്പിക്കുന്നതും അതേസമയം പൊള്ളിനീറ്റുന്നതുമായ അതിഭീകരമായ ഒരേകാന്തതയിലേക്ക് ആ ചുഴലി അവളെ കൊണ്ടു ചെന്നെത്തിക്കും.

അവളുടെ ഭാവമാറ്റം - മുഖത്തെ പിടിവാശി, വലിഞ്ഞുമുറുകിയ ചുണ്ടുകൾ അയാൾ ശ്രദ്ധിച്ചു. അയാളെ ഏറെ ഭയപ്പെടുത്തിയിരുന്ന മുഖഭാവം, ഇപ്പോഴും അതയാളെ ആഴത്തിൽ സ്പർശിക്കുന്നുണ്ട്. ഞാനവളോടു പറഞ്ഞതാണ്, പക്ഷേ അവൾ അതു മറന്നിരിക്കുന്നു. ആ നിമിഷം വരെ അവൾക്ക് ഇവിടെ എല്ലാം ഏറെ ആസ്വാദ്യകരമായിത്തോന്നിയതായിരുന്നു. ഇനിയൊരു പത്തു ദിവസം കൂടി എന്നത് വലിയൊരു കാര്യമേയല്ല. ശരിയാണ്, അവൾക്ക് അല്പമൊന്ന് മടുത്തു തുടങ്ങിയിരുന്നു, ഫിലിപ്പിനെ കണ്ടിട്ടെത്ര നാളായി എന്ന ഖേദവും കാണും. ഞാൻ കൂടെയുള്ളതു പോരെന്നാണോ, എന്റെ ചങ്ങാത്തം പണ്ടത്തെപ്പോലെ അവൾക്കു രസിക്കുന്നില്ലെന്നു വരുമോ? ബാകൗവിൽ അത്താഴം കഴിച്ച് തിരിച്ചെത്തിയശേഷം, ഇതേ മുറിയിൽ വെച്ചാണ്, ഇവിടിരുന്നാണ് അവളോടു പറഞ്ഞത്. നല്ല ഓർമ്മശക്തിയുണ്ടെന്നു അഹങ്കരിക്കുന്നവരെപ്പോലെത്തന്നെ അവളും സ്വന്തം തെറ്റ് സമ്മതിക്കാൻ കൂട്ടാക്കുന്നില്ല. പക്ഷേ അവൾക്കു നന്നായറിയാം, അവളോടു ചോദിക്കാതെ താനൊരു തീരുമാനവും എടുക്കില്ലെന്ന്. മാത്രവുമല്ല, ഈ യാത്രയിൽ അവൾ ആഗ്രഹിച്ച ഓരോ കാര്യവും നടത്തിക്കൊടുക്കുകയും ചെയ്തു.

മോസ്കോയിൽ ഇനിയുമൊരു പത്തുദിവസം കൂടി എന്നത് അത്ര ദഹിക്കാത്ത കാര്യമൊന്നുമല്ല.

"ദേ, നോക്ക്. പത്തു ദിവസമെന്നത് അത്ര ഭയങ്കരമൊന്നുമല്ല."

നികോളിന്റെ കണ്ണുകളിൽനിന്ന് തീപ്പൊരി പാറി, വെറുപ്പിന്റേതാണെന്ന് ആരും പറയും.

"എനിക്കിവിടെ മടുത്തുതുടങ്ങി, നിനക്ക് അതേപ്പറ്റി ഒരു ബോധവുമില്ല."

"ഉവ്വുവ്വ് എനിക്കതറിയാം. നിനക്ക് ഫിലിപ്പിനേയും സുഹൃത്തുക്കളേയും കാണാൻ തിടുക്കമായി. ഞാൻ കൂടെയുള്ളത് നിനക്ക് പോരെന്നും ബോധ്യമായി."

"എന്നെ ഒന്നു വെറുതെ വിടുന്നുണ്ടോ? എനിക്കിനി നിന്നെ കാണുകയേ വേണ്ട. കടന്നു പോകൂ."

"അപ്പോ യൂറിയുടേയും മാഷയുടേയും കാര്യമോ? അവർ താഴെ കാത്തു നില്പുണ്ട്."

"അവരോടു പറഞ്ഞേക്കൂ എനിക്ക് തലവേദനയാണെന്ന്. എന്താ തോന്നുന്നതെന്നു വെച്ചാ പറഞ്ഞേക്കൂ."

വിഷമത്തോടെ അയാൾ വാതിലടച്ചു.

ശരിയാണ്, അവൾക്ക് എന്നെ മടുത്തു തുടങ്ങിയിരിക്കുന്നു.

അക്കാര്യം അവൾ നിരാകരിച്ചതുപോലുമില്ലല്ലോ. താമസം പത്തു ദിവസം കൂടി നീട്ടണമെന്നു അയാൾക്കും വലിയ ആഗ്രഹമൊന്നും ഉണ്ടായിരുന്നില്ല. പക്ഷേ മാഷയ്ക്ക് വലിയ പ്രതീക്ഷയുണ്ടായിരുന്നു. പാവം കുട്ടി. അവളെ മുറിവേല്പിക്കാൻ അയാളിഷ്ടപ്പെട്ടില്ല. നികോളിന് ഇതു മനസ്സിലാക്കാവുന്നതേയുള്ളൂ... പക്ഷേ അവളുമായി കലഹിക്കാൻ അയാൾ ആളല്ല. അവർക്കിരുവർക്കുമിടയിൽ അഭിപ്രായവ്യത്യാസം ഉണ്ടാവുന്നത് അയാൾക്ക് അസഹ്യമായിരുന്നു. അതെന്തായാലും അത്താഴം കഴിഞ്ഞ് തിരിച്ചെത്തി അവളെ സമാധാനിപ്പിക്കണം, അവൾ സമാധാനപ്പെടും. ഇനിയഥവാ താൻ അവളോടിക്കാര്യം സംസാരിക്കാൻ വിട്ടു പോയതാണോ? ഹേയ് അല്ല, അയാൾക്ക് നല്ല ഓർമ്മയുണ്ട്. പൈജാമയും ധരിച്ച് അയാൾ കട്ടിലിലിരിക്കയായിരുന്നു, അവൾ മുടി ചീകിയൊതുക്കുകയും. താനിക്കാര്യം പ്രസ്താവിച്ചപ്പോൾ അവളെന്താണ് മറുപടി നല്കിയത്? പിന്നല്ലാതെയെന്നോ അതോ അതുപോലെ മറ്റെന്തോ. അവളുടെ സമ്മതമില്ലാതെ താനൊന്നും തീരുമാനിക്കാറില്ല, അതവൾക്ക് നല്ലപോലറിയാവുന്നതാണല്ലോ.

വാതിലടഞ്ഞതും കണ്ണുനീർ കുടുകുടാ ഒഴുകി നികോളിനെ ശ്വാസം മുട്ടിച്ചു. ആൻഡ്രേ ജീവിച്ചിരിക്കുന്നുവെങ്കിലും അയാൾ എന്നന്നേക്കുമായി

തനിക്കു നഷ്ടപ്പെട്ടുവെന്ന തോന്നൽ. ഒരൊറ്റ ക്ഷണംകൊണ്ട്, ഗില്ലോട്ടിനിൽ തല വെട്ടിമാറ്റാവുന്ന അതേ വേഗത്തിൽ, ഒരൊറ്റ വാക്ക് അവളിൽനിന്ന് ആൻഡ്രേയിലേക്കുള്ള എല്ലാ കണ്ണികളും വെട്ടി മാറ്റിയിരിക്കുന്നു. എന്ന ന്നേക്കുമായി തങ്ങൾ പരസ്പരം വിളക്കിച്ചേർക്കപ്പെട്ടവരാണെന്ന വിശ്വാസം എവിടെപ്പോയി? ഒന്നിച്ചുള്ള ഭൂതകാലം അവളെ അയാളോ ടെന്നപോലെ അയാളെ തന്നോടും ബന്ധിപ്പിച്ചിരിക്കുന്നുവെന്ന് അവളങ്ങു വിശ്വസിച്ചു. പക്ഷേ വ്യക്തികൾക്ക് മാറ്റമുണ്ടാകാം. അയാൾക്കും മാറ്റ മുണ്ടായിരിക്കുന്നു. അയാൾ നുണ പറഞ്ഞുവെന്നതല്ല കാര്യം, ഭീരുത്വം കൊണ്ട് നുണ പറയുന്നുവെന്നതാണ്, ശകാരിക്കപ്പെടുമെന്ന് ഭയക്കുന്ന കുഞ്ഞിനെപ്പോലെ. മാഷയുമായി ചേർന്ന് അയാൾ തീരുമാനങ്ങളെ ടുത്തുവെന്നതാണ് സംഗതി കൂടുതൽ വഷളാക്കുന്നത്. തന്നെ കണക്കി ലെടുത്തതേയില്ല, തന്നെ തീരെയങ്ങ് മറന്നുപോയി, താനുമായി ചർച്ച ചെയ്യേണ്ടതുണ്ടെന്ന് ഓർത്തതേയില്ല. ഒന്നു സൂചിപ്പിച്ചുപോലുമില്ല. ഇതൊക്കെ നേരിടാൻ ധൈര്യം വേണം. ഈ മൂന്നാഴ്ചയ്ക്കിടയിൽ ഒരിക്കൽപോലും അവർക്കിരുവർക്കും മാത്രമായൊരു സല്ലാപവേള യൊരുക്കാൻ അയാൾ തിടുക്കപ്പെട്ടില്ല. പുഞ്ചിരിയും സ്നേഹവുമൊക്കെ സദാ മാഷയ്ക്കു മാത്രം, എനിക്കെന്തു വേണമെന്നോ വേണ്ടെന്നോ ഒരു വിചാരവുമില്ല. മോസ്കോയിലായാലും ശരി ലെനിൻഗ്രാഡിലായാലും ശരി ചുരുക്കിപ്പറഞ്ഞാൽ അയാൾക്കിവിടം ഇഷ്ടപ്പെട്ടിരിക്കുന്നു. നികോളിനും തഥൈവ എന്നയാളങ്ങ് ഊഹിച്ചു. അവർക്കിടയിൽ ആ പഴയ പ്രണയമില്ല, താനയാൾക്ക് വെറും ഒരു ശീലം മാത്രം. വർഷ ങ്ങളായി പഴകിപ്പോയ ഒരു ശീലം.

മുറിക്കകത്തിരിക്കുന്നത് അവൾക്ക് അസഹ്യമായിത്തുടങ്ങി. മുഖം വെടിപ്പാക്കി അവൾ താഴെ തെരുവിലേക്കിറങ്ങി. നടക്കാം, മനസ്സിലെ ഭയാശങ്കകളെ, രോഷങ്ങളെ അടക്കാൻ, സ്വയം സമാശ്വസിപ്പിക്കാൻ, മനോമുകുരത്തിലെ ക്ഷുബ്ധചിത്രങ്ങളെ മായ്ച്ചുകളയാൻ നടത്തത്തിനു കഴിയും. അവളെപ്പോഴും നടക്കാനിറങ്ങുമായിരുന്നു. ഇന്ന് ആ പഴയ ഇരുപതുകാരിയല്ല, അമ്പതുകാരിയുമല്ല, പെട്ടെന്നു ക്ഷീണിതയാകുന്ന അറുപതുകാരി. പൊതുഉദ്യാനത്തിലെ ബെഞ്ചിൽ അവൾ ഇരുന്നു, എതിർവശത്ത് ഒരു കൊച്ചു തടാകം. അതിൽ അരയന്നങ്ങൾ ഒഴുകി നടക്കുന്നു. അതിലെ കടന്നു പോയ്ക്കൊണ്ടിരുന്നവരൊക്കെ അവളെ തുറിച്ചുനോക്കി. ഒരു വേള തന്റെ മുഖത്തെ സംഭ്രമം കാരണമാവാം, അഥവാ താനൊരു വിദേശിയാണെന്നതിനാലാവാം. ആൻഡ്രേ, യൂറിയും മാഷയുമൊത്ത് അത്താഴം കഴിക്കയാവും. ഹാർബർ സ്റ്റേഷനടുത്തുള്ള റെസ്റ്റോറന്റിൽ. അതായിരുന്നല്ലോ അവരുടെ പ്ലാൻ. ഒരുവേള ഈ സായാഹ്നത്തിൽ അയാൾക്ക് രുചികേട് അനുഭവപ്പെട്ടെന്നു വരാം, ഇല്ലെന്നും വരാം. കാരണം തന്നെ അലട്ടുന്ന മറ്റെല്ലാത്തിനേയും തടുത്തു

നിർത്തി ഏതൊരു നിമിഷത്തേയും അതിന്റെ പൂർണതയിൽ ഉൾക്കൊള്ളുന്ന കല അയാൾക്ക് വശമുണ്ട്. അതെ, അയാൾ അവളെ മറക്കുകയാണ്, മറ്റൊരു വശത്തേക്ക് മാറ്റി നിറുത്തുകയാണ്. താൻ അത്താഴം കഴിച്ച് മുറിയിൽ തിരിച്ചെത്തുമ്പോഴേക്കും അവൾ സമാധാനപ്പെട്ടിരിക്കും എന്നു സമാശ്വസിക്കയാവും. അയാളെപ്പോഴും അങ്ങനെയാണ്. അയാൾക്ക് സന്തോഷമെങ്കിൽ അവളും സന്തോഷിക്കണം. അവരുടെ ജീവിതങ്ങൾ തമ്മിൽ യാതൊരു സാമ്യതയും ഇല്ലെങ്കിൽപോലും.

അയാൾക്ക് ജീവിതത്തിൽ വേണ്ടതൊക്കെ ലഭിച്ചിരിക്കുന്നു, വീട്, സന്താനങ്ങൾ, ഒഴിവുസമയം, സുഹൃദ്വലയം, പിന്നെ ഇടയ്ക്കൊക്കെ അല്ലറചില്ലറ കലഹങ്ങളും. അവളോ തന്റെ ചെറുപ്പകാലത്തെ സകല ആഗ്രഹങ്ങളും ലക്ഷ്യങ്ങളുമൊക്കെ അയാൾ കാരണം വേണ്ടെന്നു വെച്ചു. പക്ഷേ അക്കാര്യം അയാൾ അംഗീകരിക്കാൻ തയ്യാറേയല്ല. തന്റെ ഇന്നത്തെ ഈ ശൂന്യതയ്ക്കു കാരണം അയാളാണ്. ഇനിയുള്ള കാലം എങ്ങനെ ചെലവഴിക്കണമെന്നറിയാത്ത സ്ത്രീ. മറ്റാരെങ്കിലുമായിരുന്നെങ്കിൽ എന്തെങ്കിലും ജോലിയെടുക്കൂ എന്നവളെ നിർബന്ധിച്ചിരുന്നേനേ, ഒരുദാഹരണമായി സ്വയം ഉപദേശിച്ചിരുന്നേനേ. പക്ഷേ അയാൾ അവളെ ജോലിയിൽ നിന്ന് പിടിച്ചു മാറ്റി. ഇപ്പോഴിതാ അവൾ നിസ്സഹായ; അയാളല്ലാതെ മറ്റൊരു പ്രതീക്ഷയുമില്ലാത്ത അവസ്ഥ. ആ അവസ്ഥയിൽ പൊടുന്നനെ അയാളും കൈവിടുക. പ്രണയരോഷം പ്രണയസംഹാരിയാകുന്ന അനൈതികമായ വൈരുധ്യം. ഓരോ നിമിഷം കഴിയുന്തോറും ആൻഡ്രേയുടെ മുഖവും സ്വരവും സങ്കല്പിച്ച് അന്തരാളത്തിൽ ആളിക്കത്തിച്ച വെറുപ്പ് അവളെത്തന്നെ കത്തിച്ചു ചാമ്പലാക്കി. ദേഹത്തെ കാർന്നുതിന്നുന്ന രോഗംപോലെ, ഓരോ തവണ ശ്വസിക്കുമ്പോഴും ശ്വാസകോശം പിച്ചിച്ചീന്തപ്പെടുന്നു, പക്ഷേ ശ്വസിച്ചേ തീരൂ.

അപ്പോൾ പിന്നെ എന്തു ചെയ്യണം?

അർധബോധാവസ്ഥയിൽ റൂമിലേക്കു തിരിച്ചുനടക്കവേ അവൾ സ്വയം ചോദിച്ചു. ഇതിൽ നിന്നു മുക്തിയില്ല. സ്വന്തം സങ്കടങ്ങൾ കുഴിച്ചു മൂടുക, എന്നിട്ട് അവരിരുവരും ഒന്നിച്ചുള്ള ജീവിതം തുടർന്നുകൊണ്ടു പോകുക. എത്രയോ ദമ്പതികളില്ലേ അത്തരത്തിൽ പ്രണയശൂന്യമായ ജഡജീവിതം നയിക്കുന്നവർ? അതൊരുതരം ഒത്തുതീർപ്പാണ്, വഴി മുട്ടുമ്പോഴുള്ള വഴങ്ങിക്കൊടുക്കൽ. ഒരു തരത്തിൽ ഏകാന്തത. ഞാനൊറ്റയ്ക്കാണ്. അരികിൽ ആൻഡ്രേയുണ്ടെങ്കിലും ഞാൻ തനിച്ചാണ്. അതു സ്വയം ബോധ്യപ്പെടുത്തണം.

അവൾ റൂമിന്റെ വാതിൽ തുറന്നു. കിടക്കയിൽ ആൻഡ്രേയുടെ പൈജാമ, താഴെ സ്ലിപ്പറുകൾ, കിടക്കയ്ക്കരികിലെ സ്റ്റാന്റിൽ പൈപ്പും പുകയില പായ്ക്കറ്റും. ഒരു നിമിഷനേരത്തേക്ക് അയാളുടെ അസ്തിത്വം, ആ വസ്തുക്കളിൽ അവൾക്കനുഭവപ്പെട്ടു, രോഗബാധിതനായി തന്നിൽ

നിന്നകന്നു പോയ ആൻഡ്രേയുടെ സാമീപ്യം ആ വസ്തുക്കളിലൂടെ ലഭിക്കുംപോലെ. കണ്ണുകളിൽ ജലം പൊടിഞ്ഞു, പേശികൾ മരവിച്ചു പോയി. മരുന്നുബാഗിൽനിന്ന് ഉറക്കഗുളികകളുടെ കുപ്പിയെടുത്തു. രണ്ടു ഗുളികകൾ വിഴുങ്ങി ഉറങ്ങാൻ കിടന്നു.

"ഞാൻ തനിച്ചാണ്, എനിക്കാരുമില്ല." മനോവേദനയാൽ അവൾ പിടഞ്ഞു, ഏകയാണെന്ന പീഡ, മരണഭയത്തേക്കാൾ തീവ്രമായ മനോ പീഡ. മരുഭൂവിനു നടുവിൽ ഒരു പാറപോലെയാണ് താൻ, പക്ഷേ തന്റേത് നികൃഷ്ടജന്മമെന്ന ബോധമുള്ള പാറ. അവളുടെ ശരീരം ഞെളിപിരി കൊണ്ടു, നിശ്ശബ്ദമായി അലമുറയിട്ടു. പിന്നീട് പുതപ്പിനടിയിൽ കയറി ക്കൂടി അവൾ ഉറക്കത്തിലാണ്ടു പോയി.

രാവിലെ ഉണർന്നപ്പോൾ അയാൾ അരികിലുണ്ടായിരുന്നു, ചുരുണ്ടു കൂടി ഒരു കൈപ്പത്തി ചുമരിനോടു ചേർത്തു വെച്ച് കിടക്കുന്നു. അവൾ അങ്ങോട്ടു നോക്കിയതേയില്ല. അയാളുടെ നേർക്ക് ഒരാകർഷണവും തോന്നിയില്ല. ഹൃദയം മരവിച്ചു മടുത്തു പോയിരുന്നു, എല്ലാവരാലും ഉപേക്ഷിക്കപ്പെട്ട, രാത്രികാലങ്ങളിൽ ഒരു നുറുങ്ങു വെളിച്ചം പോലു മില്ലാത്ത പള്ളി പോലെ. ആൻഡ്രേയുടെ ചെരുപ്പും പൈപ്പും ഒന്നും ഇപ്പോൾ അവളെ സ്പർശിക്കുന്നില്ല. തനിക്ക് ഏറ്റവും പ്രിയപ്പെട്ടവന്റെ വസ്തുക്കൾ, അവന്റെ സാന്നിധ്യം ഉണർത്തുന്നില്ല. തന്നോടൊപ്പം ഇതേ മുറിയിൽ കഴിയുന്ന ഒരപരിചിതന്റെ വസ്തുക്കളാണവ. ഓ? എനിക്ക യാളോടു വെറുപ്പാണ്. അവൾ ഇച്ഛാഭംഗത്തോടെ ആത്മഗതം ചെയ്തു. അയാളോട് എനിക്കുണ്ടായിരുന്ന പ്രണയത്തെ അയാൾ തന്നെ നിഷ്ക രുണം കൊല ചെയ്തിരിക്കുന്നു.

നിശ്ശബ്ദയായി, അരിശത്തോടെ അവൾ മുറിക്കകത്തും പുറത്തുമായി നടക്കുന്നു. പണ്ടൊക്കെ, അവർ ചെറുപ്പമായിരുന്നപ്പോൾ അവളുടെ കൊട്ടി യടച്ച മുഖവുമായി താൻ ഏറ്റുമുട്ടിയിരുന്നു. പക്ഷേ വയ്യ, ഇനിയതു വയ്യ. ഇല്ല... എനിക്കിത് അംഗീകരിക്കാനാവില്ല... അംഗീകരിക്കയുമരുത്... അന്നൊക്കെ അവളുടെ അത്തരം കാഠിന്യം അയാളെ വല്ലാതെ ഭയ പ്പെടുത്തി. അയാൾക്ക് അവളേക്കാൾ പ്രായമുണ്ടായിരുന്നു. പക്ഷേ പ്രായപൂർത്തിയെത്തിയവരെല്ലാം മുതിർന്നവരാണെന്നായിരുന്നു അയാ ളുടെ നിലപാട്. ഇന്ന് അവളുടെ ഈ ഭാവം കാരണം അയാൾക്ക് ക്ഷമ യറ്റുപോകുന്നു. എന്നോടുള്ള ദേഷ്യം എത്ര നീട്ടിക്കൊണ്ടു പോകും? അവൾ വല്ലാതെ പൊലിപ്പിച്ചു പറയുകയാണ്. ഈ യാത്രയിൽ അവൾ ആഹ്ലാദവതിയായിരിക്കാൻ വേണ്ടതൊക്കെ അയാൾ ചെയ്തിരുന്നു. ഈ യാത്രയെന്നല്ല, ആജീവനാന്തം. അയാൾ പാരീസിൽ പാർക്കുന്നതു തന്നെ അവൾക്കു വേണ്ടിയല്ലേ? അവൾ ആ സംഭാഷണം മറന്നുകാണു മെങ്കിലും, ഒരിത്തിരി പ്രശംസയെങ്കിലും അയാൾക്കവകാശപ്പെട്ടതല്ലേ? അവൾ അവസരം പാർത്തിരിക്കയാണെന്നു തോന്നുന്നു. എന്തൊക്കെ

പരാതികളാണോ അവൾ വെച്ചുപുലർത്തുന്നത്? ആർക്കറിയാം. കൂടുതൽ പ്രതിഭാശാലിയായ ഒരു ഭർത്താവിനെ കിട്ടിയില്ലെന്നാണോ? അങ്ങനെ വന്നാൽ അവൾക്ക് അയാളോട് പ്രണയമേ ഇല്ലെന്നർത്ഥം. ശരിക്കുള്ള പ്രണയമായിരുന്നെങ്കിൽ തന്നോടൊപ്പം മടുപ്പു തോന്നുകയേ ഇല്ലായിരുന്നു.

തുടക്കത്തിൽ അവളുടെ തണുപ്പൻ മട്ട് അയാളെ മുറിവേല്പിച്ചിരുന്നു. പക്ഷേ അന്നൊക്കെ അയാൾ സമാധാനിച്ചു. ശരിയാവും, ഒക്കെ ശരിയാവും. ശരിയായിയെന്ന് അയാൾക്കു തോന്നും, പക്ഷേ അങ്ങനെയൊട്ടല്ലെന്നും. വാർധക്യത്തിൽ അയാൾക്ക് ഒരൊറ്റൊന്നെ വേണ്ടിയിരുന്നുള്ളു നികോളിന്റെ കൂട്ട്. ഫിലിപ്പിന്റെ കല്യാണം കഴിഞ്ഞു, നികോൾ റിട്ടയർ ചെയ്യുകയും ചെയ്തു. ഇനി നികോളിനെ തനിക്കു മാത്രമായി ലഭിക്കും. പക്ഷേ അവൾക്ക് അയാളോടു പ്രണയമൊന്നുമില്ലെന്നു വന്നാൽ, അയാളുടെ കൂട്ട് അവൾക്കു മടുപ്പിക്കുകയാണെന്നു വന്നാൽ, അവൾ സ്വന്തം ദുഃഖങ്ങളും കെട്ടിപ്പിടിച്ചിരുന്നാൽ പിന്നെ എല്ലാം തകരും. അയാളുടെ സ്വപ്നം, അവരിരുവരും മാത്രമുള്ള ലോകം, പൂർണമായും അർത്ഥശൂന്യമാകും. അവരുടേത് വിഷാദഭരിതമായ വാർധക്യമാവും. ഒരു പ്രായം കഴിഞ്ഞാൽ പിരിഞ്ഞുപോകാനാവാത്തതുകൊണ്ടു മാത്രം ഒന്നിച്ചു താമസിക്കുന്ന മറ്റു ചിലരെപ്പോലെ. വയ്യ, അയാൾക്കതു വിശ്വസിക്കാനേ ആകുന്നില്ല. ഇതു രണ്ടും ഒരേ സ്ത്രീ തന്നേയോ? ഇന്നലെ തനിക്കു ലഭിച്ചത് സ്നേഹദീപ്തമായ പുഞ്ചിരി, ഇന്നോ വലിഞ്ഞു മുറുകിയ അധരങ്ങളിൽ തീവ്രരോഷം. താൻ പറയുകകൂടി ചെയ്തു നിന്റെ മുഖത്തിന് എന്തൊരു ഭീകരതയാണ്. അവൾ പ്രതികരിക്കാഞ്ഞതിൽ അയാൾക്കും നീരസം തോന്നി.

"ദേ, നോക്ക് നിനക്ക് നേരത്തെ പോകണമെന്നുണ്ടെങ്കിൽ പൊയ്ക്കോ. ഞാൻ തടുക്കില്ല."

"അതു തന്നെയാണ് ഞാൻ ചെയ്യാൻ പോകുന്നത്."

അയാൾ ശരിക്കും ഞെട്ടിപ്പോയി. തന്റെ പരാമർശം അവൾ ഗൗരവപൂർവം കണക്കിലെടുക്കുമെന്ന് അയാൾ കരുതിയതേയില്ല. എന്നാൽ ശരി. പോകുന്നെങ്കിൽ പോട്ടെ. അയാൾ സ്വയം പറഞ്ഞു. കാര്യങ്ങളുടെ കിടപ്പ് ശരിക്കു മനസ്സിലാക്കാമല്ലോ. എനിക്കിങ്ങനെ സ്വയം വഞ്ചിക്കാനാവില്ല. ഞാനവൾക്ക് വെറുമൊരു ശീലം മാത്രമാണ്, അവളെന്നെ ഒരിക്കലും പ്രണയിച്ചിട്ടില്ല. എനിക്കതറിയാമായിരുന്നു, പക്ഷേ ഇടയ്ക്കെപ്പോഴോ വെച്ച് അതു മറന്നുപോയി. അക്കാര്യം എപ്പോഴും ഓർത്തു വെക്കണം. മനസ്സിന് ദൃഢത വേണം. അവൾ തോന്നുമ്പോലെ ചെയ്യട്ടെ. എനിക്കു തോന്നുന്നത് ഞാനും. അയാൾ വില്ലെനൂവിലെ പൂന്തോട്ടത്തെക്കുറിച്ച് ഓർത്തു പോയി, സൈപ്രസ് മരങ്ങളുടേയും റോസാപ്പൂക്കളുടേയും സുഗന്ധം വേനൽച്ചൂടിൽ ഉരുകി കാറ്റിൽ അലിഞ്ഞുചേരുന്നത്.

മോസ്കോയിൽ നിന്ന് തിരിച്ചുചെന്നാൽ എന്നന്നേക്കുമായി പാരീസ് ഉപേക്ഷിക്കും. പ്രോവൻസിൽ താമസമുറപ്പിക്കും ഞാനെന്തൊരു വിഡ്ഢിയാണ്, അവൾക്കുവേണ്ടി ഞാനെന്തിന് ത്യാഗം സഹിക്കണം? ഓരോരുത്തനും അവനവനുവേണ്ടി.വേണം ജീവിക്കാൻ.

അപ്പോൾ അതിനർത്ഥം നമുക്ക് പരസ്പരം ഉള്ളുതുറന്ന് സംസാരിക്കാൻ കഴിയുന്നില്ലെന്നാണോ? ആർക്കും ആരേയും ശരിക്കങ്ങ് മനസ്സിലാക്കാനാവുന്നില്ല? നികോൾ സ്വയം ചോദിച്ച് ആൻഡ്രേയെ നോക്കി. ഒരു കൈയിൽ വോഡ്കാ ഗ്ലാസുമായി മാഷയുടെ കിടക്കയിൽ ഇരിപ്പാണ്. തങ്ങളിരുവരും ഒന്നിച്ചു പങ്കിട്ട ഭൂതകാലം മുഴുവനായി തിരുത്തിയെഴുതേണ്ടിവന്നേക്കുമെന്ന് അവൾക്ക് തോന്നി. പരസ്പരം മനസ്സിലാക്കാതെ സമാന്തരമായി ജീവിച്ചുപോന്ന രണ്ടു പേർ. പരസ്പരം അലിഞ്ഞു ചേർന്നില്ല, പരസ്പരം സുതാര്യവുമായിരുന്നില്ല. രാവിലെ മുറിയിൽനിന്ന് പുറത്തിറങ്ങുന്നതിനുമുമ്പ് ആൻഡ്രേ അല്പം പരുങ്ങലോടെ അവളെ നോക്കി, വിശദീകരണം നല്കണമെന്നൊരു ചെറിയ മോഹം അയാൾക്കുണ്ടായിരുന്നു. അവൾ വാതിൽ വലിച്ചു തുറന്ന്, പുറത്തേക്കിറങ്ങിയപ്പോൾ അയാൾ അനുഗമിച്ചു. ടാക്സിയിലും ഇരുവരും പരസ്പരം ഒന്നും പറഞ്ഞില്ല. വിശദീകരിക്കാൻ ഒന്നുമുണ്ടായിരുന്നില്ല. അയാളെന്തെങ്കിലും പറഞ്ഞിരുന്നെങ്കിൽ, ആ വാക്കുകൾ അവളുടെ രോഷത്തിൽ, തീവ്രവ്യഥയിൽ, കഠിനഹൃദയത്തിൽ തട്ടി ചിന്നിച്ചിതറിപോയിരുന്നേനേ. എന്തൊരു അവഗണന, എന്തൊരലക്ഷ്യം. മാഷയ്ക്കു മുന്നിൽ അവരിരുവരും മര്യാദയോടെ പെരുമാറി. ആൻഡ്രേയ്ക്കു മുന്നേ താൻ തിരിച്ചുപോകുമെന്ന് എങ്ങനെയാണ് പറയുക? ആൻഡ്രേ നാലാമത്തെ വോഡ്കയിലെത്തി നില്ക്കയാണ്. കെട്ടുകളഴിഞ്ഞിരിക്കുന്നു, അയാൾക്കിനി എല്ലാത്തിനും സ്വാതന്ത്ര്യം. ചെറുപ്പകാലത്ത്, മദ്യം അയാളെ വാചാലനാക്കി, വശീകരണശക്തിയുള്ളവനാക്കി. ഇതു കുറച്ചു കൂടുന്നുണ്ട്. എന്നാലും മുമ്പ് വാക്കുകളും ശരീരവും കുഴയുമായിരുന്നില്ല. പക്ഷേ ഇപ്പോൾ (എന്നു വെച്ചാൽ എപ്പോൾ മുതൽ?) വാക്കുകളും പ്രവൃത്തിയും കുഴഞ്ഞുമറിഞ്ഞു പോകുന്നു. ഡോക്ടർ പറഞ്ഞതാണ് മദ്യവും പുകയിലയും അയാൾക്ക് ദോഷം ചെയ്യുമെന്ന്, ഓരോ കവിൾ പുകയും ഓരോ ഇറക്കു മദ്യവും മരണത്തിലേക്ക് അടുപ്പിക്കുന്നുവെന്ന്. ഭയം! രോഷത്തേക്കാൾ പൊള്ളിക്കുന്ന ഭയം അവളെ കഠിനഹൃദയയാക്കി. കുടി കൂടുന്നുണ്ട്, അവൾ ചുണ്ടുകൾ അമർത്തിപ്പിടിച്ചു. സ്വാതന്ത്ര്യം കുറെ കൂടുന്നുണ്ട്. ഇങ്ങനെ ഇഞ്ചിഞ്ചായി സ്വയം കൊല്ലാനാണ് താത്പര്യമെങ്കിൽ അങ്ങനെത്തന്നെയാവട്ടെ. എന്തായാലും രണ്ടുപേരും മരിക്കും, പിന്നെ ഒന്നു നോക്കിയാൽ ചിലർക്കൊക്കെ ചത്തതിനൊക്കുമേ ജീവിച്ചിരിക്കിലും എന്ന സ്ഥിതിയാണ്.

മാഷയുമായി റഷ്യനിൽ സംസാരിക്കാൻ ശ്രമിക്കയാണ് ആൻഡ്രേ. അതിലെന്തോ പന്തികേടുണ്ട്, വാർധക്യക്ഷീണം? അയാളുടെ ഉച്ചാരണ

ഭംഗി കേട്ട് മാഷ ചിരിക്കുന്നു. കണ്ടില്ലേ, എന്തൊരു ചങ്ങാത്തം. ഇടയ്ക്കിടെ അന്യമനസ്കനായി അയാൾ സ്വന്തം കവിളിൽ വിരലൂന്നുന്നു. നികോളിന് ഉറക്കെ വിളിച്ചു പറയാൻ തോന്നി ദേ, നമുക്കത്രക്കൊന്നും വയസ്സായിട്ടില്ല, കേട്ടോ. അയാളെന്തു മാത്രം മാറിപ്പോയിരിക്കുന്നു, ഈ യാത്രയ്ക്കിടയിലാണ് അവൾക്ക് അത് കൂടുതൽ ബോധ്യമായത്. ഒരുവേള അവൾ അയാളെ കാണാതെ കാണുകയായിരുന്നോ? അയാൾക്ക് ജീവിക്കണമെന്ന ആശയേ അറ്റുപോയതുപോലെ. മുമ്പൊക്കെ ജീവിതത്തിനോട് എന്തൊരു പ്രതിപത്തിയായിരുന്നു, ജീവിതത്തിനോടു മാത്രമേ പ്രതിപത്തി ഉണ്ടായിരുന്നുള്ളൂ. അവസാനിക്കാത്ത പുതുമകളുടെ ഘോഷയാത്രയായിരുന്നു, അയാൾക്ക് ജീവിതം, അത്യാഹ്ലാദകരമായ അപ്രവചിതമായ, അപ്രതീക്ഷിതങ്ങളിലേക്കുള്ള സാഹസികയാത്ര, അവളേയും അയാൾ അതിലേക്കാകർഷിച്ചു. ഇപ്പഴിതാ ജഡസമം, ഇതാണ് വാർധക്യമെങ്കിൽ അതെനിക്കു വേണ്ടേ വേണ്ട.

അവളുടെ മനസ്സിലൊരു ചാഞ്ചല്യം. തലയ്ക്ക് കനത്ത അടിയേക്കുമ്പോൾ കാഴ്ച പതറിപ്പോകുമ്പോലെ, കണ്മുന്നിൽ ലോകം രണ്ടു തരത്തിൽ, രണ്ടു വ്യത്യസ്ത തലങ്ങളിലായി കാണപ്പെടുന്നു. ഏതു മുകളിൽ ഏതാണ് താഴെ എന്നു മനസ്സിലാക്കാനാവുന്നില്ല. ജീവിതത്തെക്കുറിച്ച്, ഭൂതത്തേയും ഭാവിയേയും കുറിച്ച് അവളുടെ സ്വന്തം കാഴ്ചപ്പാടുകളാണവ. പക്ഷേ രണ്ടും തമ്മിൽ പൊരുത്തപ്പെടുന്നതേയില്ല. എവിടേയോ പിഴച്ചിരിക്കുന്നു. ഈ മുഹൂർത്തം ഇതു കപടമാണെന്ന തോന്നൽ. ഇത് ആൻഡ്രേയല്ല, താൻ നികോളുമല്ല. ഈ രംഗം വേറെവിടേയോ അരങ്ങേറുകയാണ്... അല്ലെന്നോ, ഹോ? അങ്ങനെ ആയിരുന്നെങ്കിൽ! ഭൂതകാലമാണ് മായക്കാഴ്ച എന്നായിരുന്നെങ്കിൽ. എത്രയോ സ്ത്രീകൾ സ്വന്തം ജീവിതത്തെപ്പറ്റി ആജീവനാന്തം തെറ്റായ ധാരണയല്ലേ വച്ചു പുലർത്തുന്നത്? അവളുടെ കാര്യം തന്നെ നോക്കൂ. വിചാരിച്ചപോലെ അല്ലല്ലോ ജീവിതം ഉരുത്തിരിഞ്ഞത്. ആൻഡ്രേയ്ക്ക് തന്നോട് തീവ്രമായ പ്രണയമുണ്ടെന്നാണ്, അവൾ കരുതിയത്. എന്നാലോ സത്യത്തിൽ കണ്മുന്നിൽനിന്നു മറഞ്ഞയുടൻ അവളെ മറന്നു പോവുന്ന പ്രകൃതക്കാരനല്ലേ അയാൾ? പണ്ടൊരിക്കലും അവരിരുവർക്കുമിടയിൽ ഒരന്യസ്ത്രീ കടന്നു വരുന്നത് അവളെ അലട്ടിയിരുന്നതേയില്ല. ആൻഡ്രേയുടെ സാമീപ്യം അവളെ സംബന്ധിച്ചേടത്തോളം അളവറ്റ സന്തോഷം തരുന്നതായിരുന്നു, പക്ഷേ അയാൾക്ക് അവൾ അങ്ങനെ ആയിരുന്നില്ല. ഒരുവേള ഞാനയാൾക്ക് ഒരു ഭാരമായിക്കഴിഞ്ഞോ, അതോ ഞാനെന്നും അയാൾക്ക് ഒരു ഭാരമായിരുന്നോ?

“മാഷാ, എന്റെ മടക്കയാത്രയെപ്പറ്റി തീരുമാനിക്കണം. ദേ, നോക്കൂ എനിക്കവിടെ, പാരിസിൽ ചെന്നിട്ട് ഒരുപാടു പണിയുണ്ട്.” ഒടുവിൽ നികോൾ പറയുകതന്നെ ചെയ്തു.

“ഓ, അതൊന്നുമല്ല. നമുക്ക് ഉള്ളതു തുറന്നു പറയാമല്ലോ.” ആൻഡ്രേ മകളുടെ നേരെ തിരിഞ്ഞു. “അവളെന്നോട് ഭയങ്കര ദേഷ്യത്തിലാണ്. അവളോടു ചോദിക്കാതെയാണ് ഞാൻ മടക്കയാത്ര നീട്ടി വെച്ചതത്രെ. നേരു പറഞ്ഞാൽ നിനക്കറിയാമല്ലോ, ഞാനവളോട് അതേപ്പറ്റി സംസാരിച്ചതാണ്.”

“അതെയതെ.” മാഷയും തറപ്പിച്ചു പറഞ്ഞു. “യാത്ര നീട്ടിവെക്കണമെന്ന് ഞാനാവശ്യപ്പെട്ടപ്പോൾ ഉടൻ പറഞ്ഞത് അയ്യോ, നികോളിനോടു ചോദിക്കണം എന്നാണ്.”

നോക്കണേ ഇരുവരും തമ്മിലുള്ള ഒത്തുകളി?

“ഇല്ല ആൻഡ്രേ എന്നോടൊന്നും പറഞ്ഞില്ല, മറന്നു പോയി. എന്നിട്ടിപ്പോൾ നുണ പറയുന്നു.”

വീണ്ടും അവൾക്ക് രാക്ഷസിയുടെ ഭാവം. പക്ഷേ ഇത്തവണ, ജീവിതത്തിലാദ്യമായി ആൻഡ്രേയ്ക്ക് പേടി തോന്നിയതേയില്ല. തെറ്റ് മുഴുവനും അവളുടെ ഭാഗത്താണ്. മാഷ അവളെ സമാധാനിപ്പിക്കാൻ ശ്രമിക്കയാണ്. പക്ഷേ അവളാണെങ്കിൽ ഉരുകുന്ന മട്ടില്ല. അയാൾ വീണ്ടുമൊരു ഗ്ലാസ് വോഡ്ക ഒഴിക്കുന്നതും നോക്കി നില്പാണ്, അവളുടെ കണ്ണുകളിൽ കുറ്റപ്പെടുത്തൽ. ഇവളൊരു വല്ലാത്ത തലവേദനയായിത്തീരുമെന്നു തോന്നുന്നല്ലോ. അയാൾ എന്തിനും തയ്യാറെന്ന ഭാവത്തോടെ വോഡ്ക ഒരൊറ്റ വലിക്കു കുടിച്ചു തീർത്തു, തനി റഷ്യൻ സ്റ്റൈലിൽ.

“കുടിച്ചു കൂത്താടിക്കോ. എനിക്കെന്തു ചേതം?” അവളുടെ മരവിച്ച ശബ്ദം.

മാഷ കെഞ്ചുകയാണ്, “അയ്യോ പോകല്ലേ, അത്ര പെട്ടെന്നങ്ങ് പാരീസിലേക്കു തിരിച്ചു പോകരുത്. എനിക്കു വല്ലാത്ത സങ്കടമുണ്ട്.”

“ആയിരിക്കാം. നിനക്കു സങ്കടം തോന്നുമായിരിക്കും പക്ഷേ ഇവിടെയൊരാൾക്കു സങ്കടമൊന്നുമില്ലല്ലോ.”

ആൻഡ്രേയും വിട്ടുകൊടുത്തില്ല. “ഇല്ല, എനിക്കൊരു സങ്കടവും തോന്നില്ല.”

“കണ്ടോ കണ്ടോ. ഇക്കാര്യത്തിൽ നമുക്ക് ഏകാഭിപ്രായമാണല്ലോ. ആരും തടുക്കാനില്ലെങ്കിൽ ഒരു പത്തു കുപ്പി വോഡ്ക ഒറ്റയിരുപ്പിന് അകത്താക്കാമല്ലോ.”

“പിന്നല്ലാതെ, നീയങ്ങനെ മുഖവും വീർപ്പിച്ചിരുന്നാൽ കാണാൻ നല്ല ചേലാണല്ലോ. കുറച്ചു ദിവസത്തേക്ക് അകന്നിരിക്കുന്നത് ഇരുവർക്കും നല്ലതാണ്. മോസ്കോയിൽ നിന്നു തിരിച്ച് പാരീസിലേക്കല്ല, വില്ലെനൂവിലേക്കാണ് ഞാൻ പോവുക. നീയെന്റെ പിന്നാലെ വരികയും വേണ്ട.”

“നിനക്കാ ഭയമേ വേണ്ട. നിന്റെ പിന്നാലെ ഞാൻ വരികയേയില്ല. നമുക്ക് പരസ്പരം കാണുന്നതുതന്നെ അസഹ്യമായ സ്ഥിതിക്ക്

കാണാതിരിക്കുന്നതാണ് ഭേദം.” അവൾ വാതിൽക്കലേക്കു നടന്നു. മാഷ അവളുടെ കൈത്തണ്ടയിൽ പിടിച്ചു.

“ഇതെന്തു വിഢ്ഢിത്തമാണ്. ഇവിടിരിക്കു. രണ്ടു പേരും പരസ്പരം സംസാരിച്ചു തീർത്താട്ടെ.”

“ഞങ്ങൾക്കു രണ്ടുപേർക്കും സംസാരിക്കണമെന്നേയില്ല.'”

വാതിൽ വലിയ ശബ്ദത്തോടെ വലിച്ചടച്ച് നികോൾ പോയി.

“നികോളിനെ തടുത്തു നിർത്താമായിരുന്നില്ലേ?

“ഇന്നു രാവിലെ ഞാനവളോടു സംസാരിക്കാൻ ശ്രമിച്ചതാണ്, അവൾ കേട്ടിട്ടു വേണ്ടേ. പോയി തുലയട്ടെ.”

“അതല്ല ശരിക്കും അച്ഛന്റെ കുടി അല്പം കൂടിപ്പോകുന്നുണ്ട്.”

“ശരി എങ്കിൽ ഈ കുപ്പി എടുത്ത് മാറ്റിവെച്ചോളു.”

മാഷ കുപ്പി മാറ്റിവെച്ച് തിരിച്ചെത്തി. ആൻഡ്രേയ്ക്ക് അഭിമുഖമായി കസേര വലിച്ചിട്ടിരുന്നു. അവളുടെ മുഖത്ത് അമ്പരപ്പ്.

“നിങ്ങളു രണ്ടാളും ബാകൌവിൽ വെച്ച് ഒരുപാടു കുടിച്ചിരുന്നു. അതിനാൽ അവളോടു സംസാരിക്കാൻ മറന്നു പോയതാവും, സംസാരി ച്ചെന്ന് കരുതിയതാവും.”

“അതല്ലെങ്കിൽ അവളു മറന്നുപോയതാവും; മദ്യം അല്പം തലയ്ക്കു പിടിച്ചാൽ മതി, അവളുടൻ ഉറങ്ങിപ്പോകും.”

“അതാവും സംഭവിച്ചത്. പക്ഷേ നിങ്ങൾക്ക് പരസ്പരം ആത്മാർഥ മായ സ്നേഹമുണ്ട്. പിന്നെന്തേ ഇത്ര ദേഷ്യം?”

“എനിക്ക് അവളുടെ ആത്മാർത്ഥതയെച്ചൊല്ലി ഒരു സംശയവുമില്ല. അവളാണ് പറഞ്ഞത് ഞാൻ നുണ പറയുകയാണെന്ന്. അവൾക്കങ്ങനെ പറയാൻ ഒരവകാശവുമില്ല.”

മാഷയുടെ മുഖത്ത് പുഞ്ചിരി. “എനിക്കിതങ്ങ് ആലോചിക്കാൻ പോലും പറ്റാത്ത കാര്യമാണ്. നിങ്ങളിങ്ങനെ, കൊച്ചുകുട്ടികളെപ്പോലെ വഴക്കുകൂടുമെന്ന്.”

“അതെന്താ അറുപതുകഴിഞ്ഞാൽ വഴക്കു കൂടാൻ പാടില്ലെന്നു നിയമമുണ്ടോ? നീയൊന്നാലോചിച്ചുനോക്ക്, മുതിർന്നവരും വൃദ്ധന്മാരു മൊക്കെ ആരാ? വെറും കുട്ടികൾ, പ്രായം കൊണ്ട് ചീർത്തു വീർത്ത കുട്ടികൾ.”

പ്രായമായെന്നതുകൊണ്ടാണ് ഈ കലഹം അയാൾക്ക് അരോചക മായിത്തോന്നുന്നത്. അവർക്കിടയിൽ ദീർഘകാലമായി നിലനിന്നിരുന്ന പരസ്പരധാരണയെ നികോൾ നിഷേധിച്ചിരിക്കുന്നു. തന്റെ ആത്മാർത്ഥ തയെ അവൾ ഇന്ന് ചോദ്യം ചെയ്തെങ്കിൽ അതിനർഥം അവൾക്ക് ഒരു

കാലത്തും തന്നിൽ വിശ്വാസമില്ലായിരുന്നുവെന്നാണ്, ഒരു കാലത്തും തന്നെ പൂർണമായും വിശ്വസിച്ചിരുന്നില്ലെന്നാണ്, പരസ്പരം ബഹുമാനം ഇല്ലായിരുന്നെന്നാണ്. താനെത്ര ഗ്ലാസ് അകത്താക്കുവെന്ന് സർവദാ സുസൂക്ഷ്മം നിരീക്ഷിച്ചുകൊണ്ടിരിക്കുക, എന്നിട്ട് തന്നെ കുത്തിനോവിക്കുന്നതിൽ ആനന്ദം കണ്ടെത്തുക. വേണ്ട, അയാൾക്ക് അവളെപ്പറ്റി ചിന്തിക്കണമെന്നേയില്ല.

“പ്രാവ്ദാ പത്രം ഇങ്ങോട്ടു താ. നമുക്ക് നമ്മുടെ ജോലി തുടങ്ങാം.”

“ഇപ്പഴോ?”

“അതിനെന്താ എനിക്കു തലയ്ക്കു പിടിച്ചിട്ടൊന്നുമില്ല.” അല്പം കയർത്താണ് അയാളതു പറഞ്ഞത്.

അയാൾ ഒരു ലേഖനം പരിഭാഷപ്പെടുത്താൻ തുടങ്ങി. ക്ഷണനേരത്തിനുശേഷം അവളെഴുന്നേറ്റു.

“ഞാനൊന്ന് ഫോൺ ചെയ്തിട്ടു വരാം. നികോൾ കുഴപ്പമൊന്നും കൂടാതെ ഹോട്ടലിൽ തിരിച്ചെത്തിയോ എന്നറിയണമല്ലോ.”

“എന്താ എത്താതെ?”

“അല്ല, ഇവിടന്നു പോകുമ്പോ അല്പം അസ്വസ്ഥയായിരുന്നല്ലോ.”

“എന്തായാലും അവളോടു സംസാരിക്കാൻ ഞാനില്ല.”

നികോൾ ഹോട്ടൽ മുറിയിൽ തിരിച്ചെത്തിയിരുന്നില്ല. അപ്പഴെന്നല്ല, ഒരു മണിക്കൂറു കഴിഞ്ഞ് അർദ്ധരാത്രിയായിട്ടും.

“അതല്ലെങ്കിൽ തിരിച്ചെത്തിക്കാണും, ഫോണെടുക്കാത്തതാവും.”

ഹോട്ടലിനു മുന്നിൽ കാർ നിർത്തിയിട്ട് മാഷ പറഞ്ഞു.

“ഞാനും കൂടെ വരാം. നികോൾ റൂമിലുണ്ടെന്ന് ഉറപ്പു വരുത്തിയാലേ എനിക്കു സമാധാനമാകൂ.”

ഹോട്ടൽ മാനേജർ ആൻഡ്രേയ്ക്ക് താക്കോൽ നല്കി. അതിനർത്ഥം നികോൾ റൂമിലില്ല. മുറിയിലെ ശൂന്യതയും നിശ്ശബ്ദതയും ആൻഡ്രേക്കും പരിഭ്രമം തോന്നിത്തുടങ്ങി.

വോഡ്കയുടെ സ്വാദും ലഹരിയും അതോടൊപ്പം മനസ്സിലെ ദേഷ്യവും നൊടിയിടയിൽ അപ്രത്യക്ഷമായി.

“അവളെങ്ങോട്ടു പോയിരിക്കും?”

കഫേകളൊക്കെ അടച്ചിരിക്കും. ഈ വൈകിയവേളയിൽ ഉറക്കത്തിലേക്കാണ്ടിറങ്ങുന്ന നഗരവീഥികളിൽ അവൾ അലഞ്ഞു നടക്കുകയായിരിക്കുമെന്നു ചിന്തിക്കാൻ അയാൾ ഇഷ്ടപ്പെട്ടില്ല.

“ഈ സമയത്ത് തുറന്നിരിക്കുന്ന ഒരൊറ്റ സ്ഥലമേയുള്ളു നാഷണൽ ഹോട്ടലിലെ ബാർ.”

“നമുക്കവിടെ ചെന്നു നോക്കാം.” അയാൾ പറഞ്ഞു.

ഒരു ഗ്ലാസ് വിസ്കിക്കു മുന്നിൽ കോടിയ ചുണ്ടുകളും ഇളകാത്ത നോട്ടവുമായി നികോളിരിക്കുന്നു. ആൻഡ്രേയ്ക്ക് അവളുടെ തോളിൽ പിടിച്ച് പുണരണമെന്നുണ്ടായിരുന്നു. പക്ഷേ അയാളുടെ വായിൽനിന്നു വീഴുന്ന ആദ്യവാക്ക് അവളിൽ വല്ലാത്തൊരു ഭാവമാറ്റം ഉണ്ടാക്കിയെന്നു വരും. മുഖം കനത്തുപോയെന്നു വരും. അതിനാൽ അയാളവളെ സമീപിച്ച് പതുക്കെയൊന്നു പുഞ്ചിരിച്ചു. അവളുടെ മുഖഭാവം മാറി, കടുപ്പം നിഴലിച്ചു.

“നിനക്കിവിടെ എന്തു കാര്യം?”

അവൾ മദ്യലഹരിയിലായിരുന്നു നാവു കുഴയുന്നു.

“ഞങ്ങൾ കാറുമായി നിന്നെ കൂട്ടിക്കൊണ്ടു പോകാൻ വന്നതാണ്.”

അയാൾ മൃദുവായി അവളുടെ മേൽ കൈവെച്ചു.

“വരൂ, നമുക്കൊരുമിച്ച് ഒരു ഗ്ലാസു കൂടിയാവാം. പിണക്കമൊക്കെ മറക്കാം.”

“വേണ്ട, എനിക്കാരുടേയും കൂട്ടു വേണ്ട. എനിക്കു മതിയായാൽ ഞാനങ്ങു വന്നേക്കാം.”

“സാരമില്ല, ഞങ്ങൾ കാത്തു നിന്നോളാം.” അയാൾ പറഞ്ഞു.

“വേണ്ട. ഞാൻ നടന്നു വന്നേക്കാം. തനിച്ച്. ഇത്രയും ദൂരം എന്നെ ത്തേടി വന്നതുതന്നെ ധാരാളം.”

മാഷ ഇടയ്ക്കു കറി “വരൂ, ഞാൻ നിങ്ങളെ കൂട്ടിക്കൊണ്ടു പോകാം. എനിക്കു വേണ്ടി വരൂ. അതല്ലെങ്കിൽ പുലരുന്നതുവരെ ഞങ്ങൾക്കിവിടെ ഉറക്കമൊഴിഞ്ഞ് കാത്തിരിക്കേണ്ടി വരും. നാളെ അതിരാവിലെ എനിക്ക് എഴുന്നേൽക്കേണ്ടതുമുണ്ട്.”

നികോൾ ഒന്നു മടിച്ചു. എന്നിട്ടു പറഞ്ഞു:

“ശരി, നിനക്കു വേണ്ടി വരാം. നിനക്കായി മാത്രം.”

കൺപോളകളിലൂടെ വെളിച്ചം അരിച്ചിറങ്ങുന്നു. അവൾ ഇമകൾ പൂട്ടി. തലയ്ക്ക് വല്ലാത്ത കനം, മനസ്സിൽ അളവില്ലാത്ത ദുഃഖവും. എന്തിനായിരുന്നു ലക്കുകെട്ട് മദ്യപിച്ചത്? ആകപ്പാടെ നാണക്കേടായിപ്പോയി.

മുറിയിൽ തിരിച്ചെത്തിയതും ഉടുത്തതൊക്കെ ഊരിയെറിഞ്ഞ് അവൾ കിടക്കയിൽ വീണുപോയി പിന്നെ അഗാധമായ ഇരുട്ടിലേക്ക് ആണ്ടു പോവുന്ന അനുഭൂതി. ശ്വാസം മുട്ടിക്കുന്ന, എണ്ണ പോലെ കൊഴുത്ത കറുത്ത ഇരുട്ടിൽ മുങ്ങിത്താഴുന്ന പോലെ. രാവിലേയായിട്ടും അവൾ ക്കതിൽ നിന്ന് കരകയറാനായില്ല.

അവൾ മിഴികൾ തുറന്നു. കട്ടിലിന്റെ കാല്ക്കൽ ചാരുകസേരയിൽ ഒരാൾ. അവളെ നോക്കി ചിരി പൊഴിക്കുന്നു

"എന്റെ പൊന്നേ, നമുക്കിതിങ്ങനെ തുടർന്നു കൊണ്ടുപോകാനാ വില്ല."

ആൻഡ്രേ? അവളയാളെ തിരിച്ചറിഞ്ഞു. ഇത് ആൻഡ്രേ. തന്റെ ഭൂതവും വർത്തമാനവും എല്ലാം ഏകോപിക്കുന്ന ഒരേയൊരു രൂപം. പക്ഷേ ഉരുക്കുചങ്ങലകൾ നെഞ്ചിനെ വരിഞ്ഞുമുറുക്കുന്നു. ചുണ്ടുകൾ വിറകൊണ്ടു, മനസ്സ് ഘനീഭവിച്ചു. അഗാധമായ അന്ധകാരകൂപത്തിലേക്ക് വീണ്ടും ആണ്ടുപോകാം, അതല്ലെങ്കിൽ തനിക്കു വേണ്ടി നീട്ടിപ്പിടിച്ചിരിക്കുന്ന ഈ കൈ പിടിച്ച് കരകയറാം. അയാൾ എന്തോ പറയുകയാണ്. ശാന്തമായ, തിരയിളക്കമില്ലാത്ത, സമാശ്വസിപ്പിക്കുന്ന ശബ്ദം. അവൾക്ക് അയാളുടെ ശബ്ദം ഏറെ ഇഷ്ടമാണ്. അയാളെന്തോ പറയുകയാണ്.

"ആർക്കും എല്ലാമൊന്നും ഓർത്തുവെക്കാനാവില്ല. ഒരു വേള നിന്നോട് പറയാൻ വിട്ടു പോയതാവാം, പക്ഷേ പറഞ്ഞുവെന്നാണോർമ്മ."

അവൾക്കും ഒന്നും ഉറപ്പിച്ചു പറയാനാവാത്ത അവസ്ഥ. അവളും ഒരടി മുന്നോട്ടു വെച്ചു:

"ഒരുവേള നീ പറഞ്ഞിരിക്കാം., ഞാൻ മറന്നു പോയതാവാം. അദ്ഭുതം തന്നെ. എന്നാലും അസാധ്യമല്ല."

"അങ്ങനെയാണെങ്കിൽ നമുക്കിരുവർക്കും പരസ്പരം ദേഷ്യപ്പെടാൻ ഒരു കാരണവുമില്ല."

"ഇല്ല ഒരു കാരണവുമില്ല." അവൾ ചിരിക്കാൻ ശ്രമിച്ചു.

അയാൾ അവളെ സമീപിച്ചു, രണ്ടു കൈകളും അവളുടെ ചുമലിൽ വെച്ച് നെറ്റിയുടെ ഇരുവശത്തും ചുംബിച്ചു. അയാളെ തന്നിലേക്കു ചേർത്തു പിടിച്ച്, അയാളുടെ കോട്ടിൽ കവിളുചേർത്ത് അവൾ കരയാനാരംഭിച്ചു. ഇളംചൂടുള്ള വികാരതീവ്രമായ കണ്ണുനീർ കവിളുകളിലൂടെ ഒഴുകി. എന്തൊരു നിർവൃതി. സ്നേഹിക്കുന്ന വ്യക്തിയെ വെറുക്കാൻ ശ്രമിക്കുന്നത് വളരെ ബുദ്ധിമുട്ടുള്ള കാര്യമാണ്. അയാൾ അവരുടെ പഴയ ചെല്ലവാക്കുകൾ പറയുകയാണ്.

"എന്റെ മോളെ, എന്റെ തങ്കം..."

"ഞാനെന്തൊരു വിഡ്ഢി."

"ഞാനും ഓർക്കേണ്ടതായിരുന്നു, നിനക്ക് മടുത്തുതുടങ്ങിയെന്നു ഞാൻ മനസ്സിലാക്കേണ്ടതായിരുന്നു."

"ഓ? അത്രയ്ക്കങ്ങ് ബോറടിച്ചതൊന്നുമില്ല. അല്പം കൂട്ടിപ്പറഞ്ഞെന്നു മാത്രം."

എനിക്കു മടുത്തത്, നിന്നെ എനിക്കു മാത്രമായി കിട്ടാഞ്ഞതു കൊണ്ടാണ്. അക്കാര്യം തുറന്നുപറയാൻ അവൾക്കാവുന്നില്ല. അതൊരു തരം കുറ്റപ്പെടുത്തൽപോലെ തോന്നിയെന്നു വരാം. അതല്ലെങ്കിൽ

ഒരപേക്ഷ. അവളെഴുന്നേറ്റ് ബാത്റൂമിലേക്കു നടന്നു. തിരിച്ചെത്തിയപ്പോൾ അയാൾ പറഞ്ഞു.

"ദേ നോക്ക്, നിനക്കു നേരത്തെ തിരിച്ചു പോകണമെന്നുണ്ടെങ്കിൽ അങ്ങനെയാവട്ടെ. പക്ഷേ ഞാനും കൂടി നിന്നോടൊപ്പം പോന്നാൽ മാഷയ്ക്ക് വല്ലാത്ത വിഷമമാവും. അവൾ ഇന്നലെ പറഞ്ഞതാണ് ഞാനും നിന്നോടൊപ്പം പോകുന്നതാണ് ശരിയെന്ന്. പക്ഷേ അതു മോശമല്ലേ. നീയും എന്റെ കൂടെ പത്തു ദിവസം കൂടി ഇവിടെ നിൽക്കണമെന്നാണ് എന്റെ ആഗ്രഹം. പക്ഷേ നിനക്കു ധൃതിയുണ്ടെങ്കിൽ..."

"ശരി അങ്ങനെയാവട്ടെ, ഞാനും നിന്നേക്കാം."

അകപ്പെട്ടു പോയിരിക്കുന്നു. ദേഷ്യം പറപറന്നു പോയി, താനിപ്പോൾ നിരായുധയാണ്. ചെറുത്തുനില്പും പുറപ്പെട്ടുപോകലും പ്രാവർത്തികമാക്കാനുള്ള ശക്തി ചോർന്നുപോയിരിക്കുന്നു. അത് അനാവശ്യവുമായിരിക്കുന്നു. അല്ലെങ്കിലും പാരീസിൽ എന്താണ് അവളെ കാത്തിരിക്കുന്നത്?

"ഉള്ളതു പറയാമല്ലോ, എനിക്കും തോന്നിത്തുടങ്ങിയിരിക്കുന്നു നമ്മളിവിടെ വന്നിട്ട് ഒരുപാടു നാളായെന്ന്. മോസ്കോയിൽ ടൂറിസ്റ്റ് ആയി ജീവിക്കുക അത്ര രസമുള്ള കാര്യമല്ല."

അവൾ പറഞ്ഞു. "നീ പറഞ്ഞപോലെ, ഇനിയും പത്തു ദിവസം അതത്ര വലിയ ഭയങ്കരമൊന്നുമല്ല.'"

വരാന്തയിലൂടെ നടക്കുമ്പോൾ അവൾ അയാളുടെ കൈ പിടിച്ചു. ശരിയാണ് പിണക്കം തീർന്നിരിക്കുന്നു. എന്നാലും കൈയകലത്ത് അയാളുടെ സാന്നിധ്യം ഉറപ്പു വരുത്തേണ്ടതുണ്ട്.

സിനിമാഹാളിലെ ഇരുട്ടിൽ ആൻഡ്രേ, രഹസ്യമായി നികോളിനെ നിരീക്ഷിച്ചു. രണ്ടു ദിവസം മുമ്പുണ്ടായ പിണക്കം തീർന്നെങ്കിലും അതിനുശേഷം അവളിലൊരു വിഷാദഭാവം. അതോ സ്വന്തം വിഷാദ ഭാരം താൻ അവളിൽ പ്രതിഫലിപ്പിക്കുകയാണോ? എന്തായാലും അവർക്കിടയിൽ സ്ഥിതിഗതികൾ പഴയതുപോലല്ല. പത്തു ദിവസം കൂടി നീട്ടാമെന്ന തീരുമാനത്തിൽ അവൾ ഖേദിക്കുന്നുണ്ടെന്നു വരുമോ? അതോ അവളുടെ അന്നത്തെ ആ കോപവും വാക്കുകളും തന്നെ വല്ലാതെ മുറിവേല്പിച്ചതാണോ? സിനിമയിൽ മനസ്സുറപ്പിച്ചു നിർത്താനാവുന്നില്ല. ഒരു വനിതാ പൈലറ്റിനെക്കുറിച്ചുള്ള കഥയാണ്. അയാളുടെ മനസ്സ് വിഷാദചിന്തകളിൽ തങ്ങിനില്ക്കുകയാണ്. വാർധക്യം ഒരു മുതൽക്കൂട്ടാണെന്ന് മാഷയ്ക്കെങ്ങനെ സങ്കല്പിക്കാനായി? പലരും അങ്ങനെ ചിന്തിക്കാറുണ്ട്.

കാലപ്പഴക്കമാണ് വീഞ്ഞിന് അതിന്റെ പ്രത്യേക സുഗന്ധവും മരസ്സാമാനങ്ങൾക്ക് കറുപ്പഴകും മനുഷ്യർക്ക് അനുഭവസമ്പത്തും നേടി

ത്തരുന്നത്; ഓരോ നിമിഷവും വരാനിരിക്കുന്ന നിമിഷത്തെ ഉൾക്കൊള്ളുകയും സാധൂകരിക്കുകയും ചെയ്യുന്നു; ഓരോ നിമിഷവും പരാജയങ്ങളെ അതിജീവിച്ച് വിജയപ്രാപ്തിക്കുള്ള ഒരുക്കൂട്ടലാണ്; ക്ഷമയോടെയുള്ള കാത്തിരിപ്പിന്റെ ഓരോ ക്ഷണവും ഫലപ്രാപ്തി സാധ്യമാക്കുന്നു. ഇത്തരം വിചാരധാരകളൊന്നുംതന്നെ അയാളെ സ്വാധീനിച്ചതേയില്ല. മറിച്ച് മോൺടെന്യയെപോലെ മരണങ്ങളുടെ പരമ്പരയാണ് ജീവിതം എന്നു വിശ്വസിക്കാനും അയാൾ തയ്യാറായിരുന്നില്ല. നവജാതശിശു, ഭ്രൂണത്തിന്റെ അന്ത്യമല്ല, അതേവിധം ബാല്യകാലം ശൈശവത്തിന്റെ അന്ത്യവുമല്ല. വാർധക്യം യുവാവസ്ഥയുടെ അന്ത്യമല്ല. നികോളിന്റെ അത്തരം ദശാസന്ധികൾ താൻ കണ്ടിട്ടില്ല. ജീവിതം ജീർണോന്മുഖമായ പ്രക്രിയയാണെന്ന ഫിറ്റ്സ്ജറാൾഡിന്റെ ആശയവും അയാൾ പാടെ തിരസ്കരിച്ചു.

ശരിയാണ് ഇരുപതുകാരന്റെ ശരീരമല്ല ഇന്നയാളുടേത്. ഓർമ്മത്തെറ്റും ഉണ്ടാകാറുണ്ട്, എന്നുവെച്ച് ജീർണിച്ചിട്ടൊന്നുമില്ല. നികോൾ ഒട്ടുമേ ജീർണിച്ചിട്ടില്ല. ഈയടുത്തകാലംവരെ അയാൾക്കു വിശ്വാസമുണ്ടായിരുന്നു എൺപതു വയസ്സായാലും അവരിരുവരും ഇതുപോലൊക്കെത്തന്നെ ഇരിക്കുമെന്ന്. ഇപ്പോൾ അയാൾക്കത്ര ഉറപ്പില്ല. നികോളിൽ പുഞ്ചിരി വിടർത്തിയിരുന്ന അയാളുടെ വിട്ടുമാറാത്ത ശുഭാപ്തിവിശ്വാസത്തിന് ഉലച്ചിൽ തട്ടിയിരിക്കുന്നു. എന്തെല്ലാം ദുഃസ്വപ്നങ്ങൾ? കൊഴിഞ്ഞുവീഴുന്ന പല്ലുകൾ, ഭീഷണിയുതിർക്കുന്ന കൃത്രിമപ്പല്ലു സെറ്റ്, പിന്നെ അങ്ങ് ദൂരെയല്ലാതെ ജരാനരകൾ. അതൊക്കെ പോട്ടെന്നു വെക്കാം. അവർക്കിടയിലെ പ്രണയത്തിന് ഒരിക്കലും ക്ഷയം സംഭവിക്കില്ലെന്നായിരുന്നു അയാളുടെ വിശ്വാസം. മാത്രമല്ല വാർധക്യത്തിൽ മുമ്പെന്നത്തേക്കാളുമധികം നികോൾ തന്റേതു മാത്രമായിത്തീരുമെന്നാണ് അയാൾ കരുതിയിരുന്നത്. ഇപ്പഴിതാ അവർക്കിടയിൽ മറ്റെന്തോ പതുക്കെ ചുരുളഴിയുന്നു. അവരുടെ വാക്കുകളിലും പ്രവർത്തികളിലും ഏതൊക്കെയാണ് പഴകിപ്പോയ ശീലങ്ങളുടെ പുനരാവർത്തനങ്ങൾ, ഏതൊക്കെയാണ് നവോന്മേഷ ചേഷ്ടകൾ എന്ന് എങ്ങനെ തരം തിരിക്കാനാവും? അയാൾക്ക് നികോളിനോടുള്ള വികാരത്തിന് ഒരു മാറ്റവും വന്നിട്ടില്ല, തുടക്കത്തിലെന്നപോലെ ഇന്നും ആ വികാരത്തിന് ചെറുപ്പം തന്നെ. പക്ഷേ അവൾക്കോ? അത്തരമൊരു ചോദ്യം ഉന്നയിക്കാൻ പറ്റിയ വാക്കുകൾ അയാളുടെ കൈവശം ഇല്ലായിരുന്നു.

“വേണ്ട പുസ്തകങ്ങൾ തെരഞ്ഞെടുത്തോളൂ.” മാഷ നികോളിനോടു പറഞ്ഞു. തന്നെ പ്രീണിപ്പിക്കാനുള്ള അവരുടെ ശ്രമങ്ങൾ അവളെ നീരസപ്പെടുത്തുന്നുണ്ട്. ഇന്നലത്തെ സിനിമ തരക്കേടില്ലായിരുന്നു. പക്ഷേ ഇന്നുച്ചയ്ക്ക് കണ്ടത്, വനിതാ പൈലറ്റിനെക്കുറിച്ചുള്ളത് അറു മുഷിപ്പനായിരുന്നു. വായനയാണു ഭേദം. അല്ലാതെ മറ്റെന്തു ചെയ്യാൻ? മാഷ

പരിഭാഷയിൽ നിമഗ്നയായിരുന്നു, ആൻഡ്രേ നിഘണ്ടുവിന്റെ സഹായത്തോടെ പ്രാവ്ദ വായിച്ചു മനസ്സിലാക്കാനുള്ള തത്രപ്പാടിലും. ഷെൽഫിൽ നിരത്തിവെച്ചിരിക്കുന്ന പ്ലെയ്ഡ് വാല്യങ്ങൾ, നോവലുകൾ, ഓർമ്മ പുസ്തകങ്ങൾ, ചെറുകഥകൾ, അതൊക്കെ ഏതാണ്ട് മുഴുവനും അവൾ വായിച്ചതാണ്. പക്ഷേ ക്ലാസിൽ വ്യാഖ്യാനം ചെയ്ത് പഠിപ്പിച്ച രചനകളിൽ കവിഞ്ഞ് എന്തെങ്കിലും ഓർമ്മയുണ്ടോ? പതിനെട്ടാം നൂറ്റാണ്ടിലെഴുതപ്പെട്ട പ്രൊവോസ്റ്റിന്റെ ഫ്രഞ്ചു നോവൽ മാനൺ ലെസ്കോട്ടിലെ ഒരൊറ്റ സംഭവംപോലും ഓർമ്മ വരുന്നില്ലല്ലോ.

ഡിഗ്രിക്ക് പഠിക്കുമ്പോൾ ഓരോ വാചകവും പ്രത്യേകം പ്രത്യേകം അപഗ്രഥിച്ച് പഠിച്ച പുസ്തകമാണ്. ഓർമ്മവരുന്നില്ലെന്നതു ശരി, എന്നാലും വീണ്ടും ആ താളുകളിലേക്ക് മടങ്ങിച്ചെല്ലുക അതാലോചിക്കാനേ വയ്യ. പുനർവായന അവളെ മടുപ്പിച്ചു. വായിക്കുന്തോറും ഓരോന്നോരോന്നായി എല്ലാം ഓർമ്മവരും, അഥവാ ഓർമ്മ വരുന്നതായിത്തോന്നും. വായന എന്ന പ്രക്രിയയെ ആഹ്ലാദകരമാക്കുന്ന ഇനിയെന്ത് എന്ന ഉത്കണ്ഠ, രചയിതാവിനോടൊപ്പമുള്ള സ്വതന്ത്രവിഹാരം, ഒരു പുതിയ കണ്ടെത്തൽ എല്ലാം നഷ്ടപ്പെടും. സമകാലീന പുസ്തകങ്ങൾ അവളിൽ കൗതുകമുണർത്തി, പുതിയ പുസ്തകങ്ങൾ വായിച്ചു. പക്ഷേ പഴയ പുസ്തകങ്ങളിൽ നിന്ന് ഇനി എന്തു ലഭിക്കാനാണ്? എന്നെ ഞാനാക്കിയ, ഈ നിലയ്ക്കെത്തിച്ച ആ പഴയ പുസ്തകങ്ങൾക്ക് ഇനി പ്രസക്തിയില്ല.

“ഒരേയൊരു പ്രശ്നമേയുള്ളൂ ഈ പുസ്തകക്കൂട്ടത്തിൽ നിന്ന് എന്തൊക്കെ തെരഞ്ഞെടുക്കണമെന്നത്. അതൊരു പ്രശ്നം തന്നേയാണ്.” ആൻഡ്രേ പറഞ്ഞു.

അവൾ പ്രൂസ്റ്റിന്റെ ഒരു രചന കൈയിലെടുത്തു. പ്രൂസ്റ്റ് വ്യത്യസ്തനാണ്. ഹൃദിസ്ഥമായ വാചകങ്ങൾക്കായി അവൾ താളുകൾ മറിക്കുമായിരുന്നു, ആ വരികൾ കണ്ടെത്തുമ്പോൾ വിന്റ്യൂലിന്റെ സംഗീതശില്പം തിരിച്ചറിയാനാവുമ്പോൾ ഉളവാകുന്ന നിത്യഹരിത സന്തോഷം. പക്ഷേ ഇന്നെന്തോ ശ്രദ്ധ പതറിപ്പോകുന്നു. അവൾ ആലോചിക്കയാണ് ഇല്ല ഒന്നും പഴയതുപോലല്ല. അവൾ ആൻഡ്രേയെ നോക്കി - സാന്നിധ്യം എന്നു വെച്ചാൽ എന്താണ്? തങ്ങളുടെ സുദീർഘമായ, കൂട്ടായ്മയുടെ ചരിത്രം? അവർക്കത് സുപരിചിതമാണ്, പക്ഷേ വിശദാംശങ്ങൾ ഏറെക്കുറെ മറന്നു പോയെന്നുണ്ടോ? ഈ പുസ്തകത്തിലെന്നപോലെ, പുറംചട്ട സുപരിചിതം പക്ഷേ താളുകളിലെ സൂക്ഷ്മവിവരങ്ങൾ? പാരീസിൽ കിലോമീറ്ററുകൾ അകലേയാണെങ്കിലും അയാളുടെ സാമീപ്യം അവളറിഞ്ഞു. അയാൾ നടന്നകലുന്നത് ജനാലയിലൂടെ ഏന്തി വലിഞ്ഞ് നോക്കി നില്ക്കുമ്പോൾ പോലും അയാളുടെ സാന്നിധ്യം സ്വന്തം മനസ്സിൽ ഒരു പ്രത്യേക രീതിയിൽ അതിശക്തമായി അവൾ അനുഭവിച്ചറിഞ്ഞു.

അയാളുടെ രൂപം ചെറുതായി അങ്ങ് ദൂരെ റോഡിന്റെ തിരിവിൽ മറയും. പിന്നീട് അതേ വഴിയിലൂടെ അയാൾ തിരിച്ചെത്തും. അവർക്കിടയിലെ ഭൗതികമായ അകലം ശൂന്യമായിരുന്നില്ല, മറിച്ച് ആകർഷണമേഖല യായിരുന്നു, ആർക്കും തടുക്കാനാവാത്തവിധം അയാളെ അവളിലേക്ക്, അയാളുടെ സഹജവും സ്വാഭാവികവുമായ കേന്ദ്രബിന്ദുവിലേക്കെന്ന പോലെ തിരിച്ചെത്തിക്കുന്ന ആകർഷണ മേഖല. ആ ദൃഢവിശ്വാസത്തിന് ശാരീരികസാമീപ്യത്തിന്റെ ആവശ്യമുണ്ടായിരുന്നില്ല. ഇന്ന് ആൻഡ്രേ യുടെ ഭൗതികസാന്നിധ്യം കൈയകലത്തുണ്ട്. പക്ഷേ പരസ്പരം ബന്ധ പ്പെടാനാവാത്തവിധം അവർക്കിടയിൽ അദൃശ്യവും അസ്പൃശ്യവുമായ, അഭേദ്യവുമായ ഒരു മതിൽ, കനത്ത നിശബ്ദതയുടെ കരിങ്കൽ മതിൽ. ആൻഡ്രേയ്ക്കും അതനുഭവപ്പെടുന്നുണ്ടോ? ഒരു വേള ഇല്ലായിരിക്കാം. ചോദിച്ചെങ്കിൽ ഇങ്ങനെ പറഞ്ഞെന്നു വരും, "ഹേയ് ഇല്ലേയില്ല. എല്ലാം മുമ്പത്തെ പോലെത്തന്നെ, എന്തു മാറ്റം?"

അവർക്കിടയിൽ മുമ്പും കലഹങ്ങളുണ്ടായിട്ടുണ്ട്, പക്ഷേ അതി നൊക്കെ അതീവ ഗുരുതരമായ കാരണങ്ങളുമുണ്ടായിരുന്നു. അവരിൽ ഒരാൾക്ക് മറ്റൊരു ബന്ധമുണ്ടായാൽ, അതല്ലെങ്കിൽ ഫിലിപ്പിന്റെ വിദ്യാഭ്യാസത്തെച്ചൊല്ലി. അവയൊക്കെ യഥാർത്ഥസംഘർഷങ്ങളാ യിരുന്നു, ഉഗ്രൻ വഴക്കുകൾ, പക്ഷേ എല്ലാം വളരെ വേഗം, നിശ്ചിതമായ വിധത്തിൽ പരിഹരിക്കപ്പെടുകയും ചെയ്തു. പക്ഷേ ഇത്തവണ അങ്ങനെ യല്ല. മൂലകാരണം വെറും പുകച്ചുരുളുകൾ, തീയില്ലാത്ത പുക, കന മില്ലാത്ത നേർത്ത പുക; വിട്ടുമാറാതെ അതങ്ങനെ കെട്ടിക്കിടക്കുന്നു. ഒരു കാര്യം പറഞ്ഞേ തീരൂ - പണ്ടൊക്കെ അനുരഞ്ജനം കിടക്കയിൽ വെച്ചായിരുന്നു, അതിതീവ്രമായ ഇണങ്ങിച്ചേരൽ, ഇണചേരൽ. ആസക്തി യുടെ, ആനന്ദലഹരിയുടെ തീവ്രതാപത്തിൽ നിസ്സാര പരിഭവങ്ങളൊക്കെ ഉരുകിയൊലിച്ചുപോയി. എന്നിട്ട് നവോന്മേഷത്തോടെ, സന്തുഷ്ടിയോടെ, സംതൃപ്തിയോടെ അവർ പരസ്പരം അംഗീകരിച്ചു. ഈ മാർഗം ഇപ്പോഴില്ല. അതു കാരണമാവാം നിക്കോളിന്റെ ചിന്ത കാടുകയറുന്നത്. ഇപ്പോഴത്തെ ഈ പിണക്കത്തിന് മുഖ്യമായും കാരണക്കാരി അവളാണ്. അവളുടെ വിചാരം ആൻഡ്രേ നുണ പറയുകയാണെന്നാണ്. (അതെന്താ ഇതിനു മുമ്പും നുണപറഞ്ഞിട്ടില്ലേ അതൊക്കെ നിസ്സാര കാര്യങ്ങളായി രുന്നെങ്കിലും). തെറ്റ് അയാളുടേതു കൂടിയാണ്. രണ്ടു മിനിട്ടിൽ പറഞ്ഞു, കഴിഞ്ഞു എന്നു കരുതാതെ, അയാൾ അക്കാര്യം വീണ്ടും എടുത്തു പറയണമായിരുന്നു. ശരി, അവൾക്ക് വിശ്വാസം പോര. പക്ഷേ അയാളും അതു ഗണ്യമാക്കിയില്ലല്ലോ. നിക്കോളിന്റെ തലയ്ക്കകത്ത് എന്തൊക്കെ നടക്കുന്നുവെന്ന് ലേശം പോലും വേവലാതിയില്ലാതെ പെരുമാറിയില്ലേ?

അയാൾ ഇത്ര ഹൃദയശൂന്യനായെന്നോ. കടുത്ത ദേഷ്യം കാരണം അവൾ അയാളെക്കുറിച്ച് അന്യായമായി പലതും ചിന്തിച്ചു കൂട്ടിയെന്നതു നേര്. ആൻഡ്രേയ്ക്ക് വാർധക്യമോ ബുദ്ധിമാന്ദ്യമോ സംഭവിച്ചിട്ടില്ലല്ലോ.

പക്ഷേ മുന്നത്തെപ്പോലെ അത്ര സംവേദനാശിലനല്ല, സഹാനുഭൂതിയുമില്ല. ശരിയാണ്, തളർന്നു കാണും: എത്രയെത്ര യുദ്ധങ്ങൾ, വംശഹത്യകൾ, വിപത്തുകൾ, ദൗർഭാഗ്യങ്ങൾ, മരണങ്ങൾ. അമ്മ മരിച്ചു പോയാൽ ഞാൻ കരയുമോ? അമ്മ പോയാൽ പിന്നെ എന്നെ പൊന്നു മോളെ എന്നു വിളിക്കാൻ പിന്നെ ഈ ഭൂമുഖത്ത് ആരുമുണ്ടാവില്ല അവൾക്ക് അതിയായ സങ്കടം തോന്നി. പക്ഷേ അതൊരു സ്വാർത്ഥചിന്തയാണ്. അമ്മയെ ഇനി കാണാനായില്ലെങ്കിൽ തനിക്ക് ഖേദം തോന്നുമോ? ആൻഡ്രേയുടേയും ഫിലിപ്പിന്റേയും കാര്യം വേറെ. അവരിരുവരും അവളുടെ ദൗർബല്യമാണ്. പക്ഷേ മറ്റുള്ളവർ? ആ നിമിഷം അവളുടെ മനസ്സിൽ ആൻഡ്രേയോടും ഫിലിപ്പിനോടും സ്നേഹോഷ്മളത തോന്നിയതേയില്ല.

ദമ്പതികൾ എന്നതുകൊണ്ടുമാത്രം ഒരു ജോടിയായി ഒന്നിച്ചു ജീവിതം തുടരുക അതാണോ അവരുടെ ഭാവി? സൗഹൃദം, സ്നേഹം അതിൽക്കവിഞ്ഞ് ഒന്നിച്ചു ജീവിക്കാൻ യഥാർഥ കാരണങ്ങളില്ല. അത്തരമൊരു ഭാവിയാണോ അവരേയും കാത്തിരിക്കുന്നത്? തുടക്കത്തിൽ മതിയായ കാരണങ്ങളുണ്ടായിരുന്നു. ഒരു പുരുഷൻ മേൽക്കോയ്മ കാണിക്കാനൊരുങ്ങിയാൽ ഉടൻ അയാൾക്കു കടിഞ്ഞാണിടുന്ന പ്രകൃതക്കാരിയായിരുന്നു നികോൾ. അവളെ കീഴ്പ്പെടുത്തിയത് ആൻഡ്രേയുടെ കപടലേശമില്ലാത്ത തുറന്ന മനസ്സായിരുന്നു, അത്തരത്തിൽ ഒരാളെ അവൾ കണ്ടിട്ടേ ഇല്ലായിരുന്നു. പ്രകടമായ ആശ്ചര്യത്തോടെ 'നിനക്കു പാടെ തെറ്റി' എന്ന അയാളുടെ ഖേദം അവളെ നിരായുധയാക്കി.

ആവശ്യത്തിൽ കവിഞ്ഞ് സുരക്ഷിതത്വം ഉറപ്പു വരുത്തിയിരുന്ന അമ്മ, തീരെ അവഗണിച്ച അച്ഛൻ. രണ്ടുപേരും അവളുടെ ഉള്ളിന്റെയുള്ളിൽ ആഴത്തിൽ മുറിവുണ്ടാക്കി. താൻ സ്ത്രീയാണെന്ന മുറിവ്. എന്നെങ്കിലും ഒരു നാൾ ഒരു പുരുഷനു കീഴ്പ്പെടേണ്ടിവരുമെന്ന ചിന്ത അവളെ വിക്ഷുബ്ധയാക്കി. സംവേദനക്ഷമതയോടെ, അതീവ ലോലമായി സ്വന്തം സ്ത്രീത്വത്തെ അംഗീകരിക്കാൻ ആൻഡ്രേയാണ് അവളെ സഹായിച്ചത്. രതിസുഖം എന്തെന്ന് അവൾ കണ്ടെത്തി. ഏതാനും വർഷങ്ങൾക്കു ശേഷം ഒരു കുഞ്ഞു വേണമെന്ന് ആഗ്രഹം ഉണ്ടായി. മാതൃത്വം അവൾക്ക് സംതൃപ്തിയേകി. അതെ, അവൾക്കു വേണ്ടിയിരുന്നത് ആൻഡ്രേ ആയിരുന്നു, മറ്റാരുമല്ല. എന്തിനേയും ചെറുത്തുനില്ക്കുന്ന പ്രകൃതക്കാരിയായിരുന്ന അവളെ പൊതുവെ ആരും ഇഷ്ടപ്പെടാതിരുന്നപ്പോൾ അയാൾക്കെങ്ങനെ അവളോട് പ്രണയം തോന്നി? അതോ അയാളുടെ അമ്മ കാരണമോ? അമ്മയുടെ കർക്കശസ്വഭാവം അസഹനീയമായിരുന്നെങ്കിൽ കൂടി, അത്യാവശ്യമാണെന്ന് അയാൾക്കു തോന്നിയിരുന്നോ? അതേ സ്വഭാവവിശേഷം നികോളിലും കണ്ടെത്തിയതാവുമോ പ്രണയകാരണം? അയാളെ മുതിർന്ന പക്വതയുള്ള പുരുഷനാകാൻ സഹായിച്ചത് അവളാണ്.

അതെന്തായാലും അയാൾക്ക് തന്നേക്കാൾ പൊരുത്തമുള്ള സ്ത്രീ ഇല്ലെന്ന അഭിപ്രായക്കാരിയാണ് അവൾ. അവൾക്കു തെറ്റിയോ? അവൾക്കോ? മറ്റൊരു പുരുഷനോടൊപ്പം അവൾ പരിപൂർണയാകുമായിരുന്നോ? നിരർത്ഥക ചോദ്യങ്ങൾ. ഇപ്പോഴത്തെ പ്രശ്നം അതൊന്നുമല്ല അവർക്കിടയിൽ എന്താണ് ബാക്കിനിൽക്കുന്നത് എന്നാണ്. അവൾക്ക് അതറിയില്ല.

അന്നുച്ചയ്ക്ക് മാഷയ്ക്ക് അല്പം തിരക്കുണ്ടായിരുന്നു. നികോളിനേയും ആൻഡ്രേയേയും ടാക്സി ഡ്രൈവറുടെ ചുമതലയിലാക്കി, ഡ്രൈവർക്ക് വിശദമായ നിർദ്ദേശങ്ങളും കൊടുത്ത് മാഷ പോയി. നഗരപ്രാന്തത്തിൽ ചെന്ന് അവർ കാറിൽ നിന്നിറങ്ങി. മൂന്നു വർഷം മുമ്പ് അവരിവിടം സന്ദർശിച്ചതാണ്. മോസ്കോ നഗരകവാടത്തിനു മുന്നിലുള്ള ഒരു കൊച്ചു ഗ്രാമം. ഇസ്ബ എന്നു വിളിക്കപ്പെടുന്ന മരക്കുടിലുകൾ വരിപാകിയ തെരുവിലൂടെ അവർ നടന്നു.

“അത്ര വേഗം നടക്കല്ലേ, എനിക്കു കുറച്ചു ഫോട്ടോ എടുക്കണം.”

ഈ യാത്രയുടെ ഓർമ്മയ്ക്കായി വഴിയോരക്കാഴ്ചകളുടെ ഏതാനും ഫോട്ടോകളെടുത്തില്ലെങ്കിൽ അതു വലിയ കുറച്ചിലാവില്ലേ എന്ന് അവൾക്ക് പൊടുന്നനെയാണ് തോന്നിയത്. യൂറിയുടെ ക്യാമറ ചോദിച്ചു വാങ്ങുകയും ചെയ്തു. അവൾക്കങ്ങനെ ഫോട്ടോ എടുക്കുന്ന ശീലമേ ഇല്ലാത്തതാണ്. ക്യാമറക്കണ്ണിലൂടെ അവൾ ഒരു ഇസ്ബാ ലക്ഷ്യമിടുകയാണ്; അയാളത് കണ്ടുനിന്നു. എന്നോടൊപ്പം അവൾക്ക് ബോറടിക്കുന്നുണ്ടാവും അയാൾ വിചാരിച്ചു. ടാക്സിയിൽ വെച്ചും അവർക്ക് പരസ്പരം സംസാരിക്കാനായി ഒന്നുമുണ്ടായിരുന്നില്ല. അവർക്കിടയിലെ പ്രശ്നങ്ങളൊക്കെ അവസാനിച്ചിരുന്നു, എന്നിട്ടും അവർക്കിടയിൽ മൗനം തളം കെട്ടി നില്ക്കുന്നു. അതാണ് ഏറ്റവും സങ്കടകരം. ഒരുവേള താൻ അറുബോറനായോ? അവധിക്കാലത്ത് വില്ലെനൂവിൽ ചെല്ലുമ്പോഴും അവർ ഇങ്ങനെ ഒന്നിച്ചു, ഇത്രയും സമയം ചെലവിടാറില്ലായിരുന്നു. ഒരുവേള തന്റെ നിരന്തര സാന്നിധ്യം അവളെ മടുപ്പിക്കുന്നോ? അതു കൊണ്ടാവാം അവൾക്കും ഒന്നും ആസ്വദിക്കാനാവാത്തത്. അവൾ ഇസ്ബകളുടെ പടമെടുക്കുകയാണ്. ഒന്ന്, രണ്ട്, മൂന്ന്... വാതിൽപ്പടികളിൽ ഇരുന്ന് വെയിലു കായുകയായിരുന്ന വീട്ടുകാരെ അത് നീരസപ്പെടുത്തിയെന്നു തോന്നുന്നു. അവരിൽ ഒരാൾ എന്തോ പറഞ്ഞു, ആൻഡ്രേയ്ക്ക് അതു മനസ്സിലായില്ല, പക്ഷേ അനിഷ്ടകരമായതെന്തോ ആണെന്നു മാത്രം തോന്നി.

“അവർക്ക് നീ ഫോട്ടോ എടുക്കുന്നത് ഇഷ്ടപ്പെടുന്നില്ലെന്നു തോന്നുന്നു.”

“അതെന്താ?”

"ഈ ഇസ്ബകൾ കാണാൻ ഭംഗിയുള്ളവയാണെങ്കിലും അവർക്കിതു സ്വന്തം ദുരവസ്ഥയുടെ പ്രതീകമാണ്. കൗശലക്കാരിയായ ഒരു വിദേശ സന്ദർശക വന്ന് അവരുടെ ദുര്യോഗത്തിന്റെ ചിത്രങ്ങൾ പകർത്തുകയാണെന്ന് അവർ സംശയിക്കുന്നുണ്ടാവാം."

"ശരി, എന്നാലിതു മതിയാക്കാം." അവൾ സമ്മതിച്ചു.

വീണ്ടും അവർക്കിടയിൽ മൗനം. മടക്കയാത്ര നീട്ടിവെച്ചതു തെറ്റായിരുന്നു എന്ന നിഗമനത്തിൽ അയാൾ എത്തിയിരിക്കുന്നു. നീട്ടിയതുകൊണ്ടെന്തു ഗുണമാണുണ്ടായത്? മാഷയെ സംബന്ധിച്ചാണെങ്കിൽ പോലും. എന്തായാലും ഇനിയും രണ്ടോ മൂന്നോ അതിൽ കൂടുതലോ വർഷങ്ങൾ തമ്മിൽ കാണാനായില്ലെന്നും വരാം. കൂടെക്കൂടെ കാണണമെന്ന് ഇരുപക്ഷക്കാർക്കും തോന്നുന്നുണ്ടോ? 1960ൽ മാഷ പാരീസിൽ വന്നപ്പോൾ അവിടെയല്ലാം കാണിച്ചു കൊടുത്തത്, 1963ൽ മാഷയോടൊപ്പം മോസ്കോ ചുറ്റിക്കണ്ടത് അതൊക്കെ ആഘോഷപൂർണമായ ദിനങ്ങളായിരുന്നു. പക്ഷേ ഇത്തവണ അതേ ആഹ്ലാദം തുടക്കത്തിൽ ഒരല്പം തോന്നിയതല്ലാതെ തുടർന്നുള്ള ദിനങ്ങളിൽ അനുഭവപ്പെടുന്നില്ല. മാഷയെ അയാൾക്ക് ഏറെ സ്നേഹമാണ്, തിരിച്ചിങ്ങോട്ടും അങ്ങനെത്തന്നെ. പക്ഷേ അവരിരുവരും ലോകത്തെ നോക്കിക്കണ്ടത് അത്യന്തം വ്യത്യസ്തമായാണ്. ഒരാളുടെ ലോകത്തിൽ മറ്റേയാൾക്ക് ഇടമുണ്ടായിരുന്നില്ല. ആദ്യമിവിടെ എത്തിയപ്പോൾ അനുഭവപ്പെട്ട ചാരുതയാർന്ന അനുഭൂതികൾ അല്പാല്പമായി അപ്രത്യക്ഷമായിരിക്കുന്നു. മതിയായ ഒരു കാരണവുമില്ലാതെ നികോളിനെ മുഷിപ്പിച്ചത് തനി വിഡ്ഢിത്തമായിപ്പോയി. അതും ഏതാനും വാക്കുകൾ പറഞ്ഞോ ഇല്ലയോ എന്നതിനെച്ചൊല്ലി.

"നിനക്ക് പാരീസിൽ പ്രത്യേകിച്ച് എന്തെങ്കിലും കാര്യമുണ്ടായിരുന്നോ?"

"ഇല്ല."

"ഒന്നു നോക്കിയാൽ താമസം നീട്ടിയത് മണ്ടത്തരമായിപ്പോയി." അയാൾ പറഞ്ഞു

"അതെ, സന്തോഷമൊന്നും തോന്നുന്നില്ലെങ്കിൽ മണ്ടത്തരം തന്നെ."

"നിനക്കതിൽ ഖേദമുണ്ട്?"

"നിനക്കുണ്ടെങ്കിൽ എനിക്കുമുണ്ട്."

കഴിഞ്ഞു. അവരിരുവരും അങ്ങനെ വട്ടം കളിക്കുകയാണ്. അവർക്കിടയിൽ എന്തോ ഒരു തടസ്സം. ഒരാൾ പറയുന്നതൊക്കെ മറ്റേയാൾ ഏതാണ്ടൊക്കെ തെറ്റിദ്ധരിക്കയാണ്. ഈ തടസ്സം പാടെ പൊളിച്ചുമാറ്റാൻ അവർക്കാകുമോ? ഇന്നലെ അതിനു ശ്രമിച്ചില്ല, ഇന്നെന്തിനു ശ്രമിക്കണം? ഒന്നിനും ഒരുത്തരമില്ല.

ഒരു പള്ളിമുറ്റത്തിലൂടെ നടന്ന് അവർ പള്ളിക്കു മുന്നിലെത്തി. നികോൾ അതിന്റെ പടമെടുത്തു. കുറച്ചു മാറി ഒരു കുന്നിൻ മുകളിൽ തല ഉയർത്തി നിൽക്കുന്ന മറ്റൊരു പള്ളി. വളരെ സങ്കീർണമായ വാസ്തു കല. മോസ്കോ നദിയെ കീഴ്പെടുത്തുംവിധത്തിലാണ് കുന്നിന്റെ നില്പ്. നദിക്കപ്പുറം പരന്നുകിടക്കുന്ന സമതലപ്രദേശം അങ്ങു ദൂരെ മോസ്കോ നഗരം. അവർ പുൽത്തകിടിയിൽ ഇരുന്നു ചുറ്റുവട്ടം നിരീക്ഷിച്ചു.

കണ്ടില്ലേ ഇതാണ് സ്ഥിതി? ഞങ്ങളിരുവരും മാത്രം. ഏകാന്ത നിമിഷങ്ങൾ. പരസ്പരം പറയാനും കേൾക്കാനുമായി ഞങ്ങൾക്കിടയിൽ ഒന്നുമില്ല. ഞങ്ങൾക്ക് പരസ്പരം സംസാരിക്കണമെന്നേയില്ല. നികോളിന് കടുത്ത നിരാശ. ഇവിടത്തെ പോസ്റ്റ്കാർഡുകൾ മഹാമോശം. അതു കൊണ്ട് രണ്ടുപേരും ചേർന്ന് മോസ്കോയുടെ ഫോട്ടോ എടുക്കുന്നതിൽ ആൻഡ്രേയ്ക്കും താത്പര്യമുണ്ടാകുമെന്നാണ് അവൾ കരുതിയത്. പക്ഷേ താത്പര്യമില്ലെന്നതു പോട്ടെ, മറിച്ച് നീരസപ്പെടുത്തുന്നുണ്ടെന്നു തോന്നുന്നു. അവൾ പുൽത്തകിടിയിൽ നീണ്ടുനിവർന്നു കിടന്ന് മിഴികൾ പൂട്ടി. പൊടുന്നനെ പത്തു വയസ്സുകാരിയായതുപോലെ. ഇതുപോലെ പുൽമേട്ടിൽ കിടക്കുകയാണ്, മണ്ണിന്റെയും പച്ചപ്പുകളുടെയും സുഗന്ധം കവിളിൽ തലോടുംപോലെ. ബാല്യകാലസ്മരണകൾ ഇത്രയും ഹൃദയ സ്പർശിയാവുന്നതെന്തുകൊണ്ടാണ്? സമയം അനന്തമായി നീണ്ടുകിട ക്കുന്നതുകൊണ്ടോ, അങ്ങ് വിദൂരതയിൽ അലിയുന്ന സന്ധ്യയുടെ ഭാവി അനശ്വരമായതു കൊണ്ടോ?

ഉവ്വ്. ഈ ദേശത്തെക്കുറിച്ച് എനിക്ക് നഷ്ടബോധം തോന്നുന്നുണ്ട്. വ്ളാഡിമിറിലെ ആ ഒരു രാത്രിയൊഴികെ മറ്റൊന്നും അവളെ ഗാഢമായി സ്പർശിച്ചതേയില്ല, കാരണം ഒന്നുംതന്നെ അവളുടെയുള്ളിൽ അനു രണനങ്ങളുണർത്തിയില്ല. ജീവിതത്തിൽ അവളെ ആർദ്രചിത്തയാക്കിയ നിമിഷങ്ങളൊക്കെ അവരിരുവർക്കും അതീതമായ മറ്റെന്തിനേയോ ദ്യോതിപ്പിക്കുന്നവയായിരുന്നു - ഒരു സ്മരണപോലെ, നാന്ദിപോലെ, സ്വപ്നസാക്ഷാത്കാരം പോലെ, ചൈതന്യവത്തായ ഒരു ചിത്രം പോലെ, യാഥാർത്ഥ്യത്തിന്റെ ചിത്രം. നിഗൂഢവും അപ്രാപ്യവുമായ യാഥാർത്ഥ്യം. സോവിയറ്റ് റഷ്യയിൽ അവർക്ക് വേരുകളൊന്നും ഉണ്ടായിരുന്നില്ലെന്നു മാത്രമല്ല, ഇറ്റലിയേയോ ഗ്രീസിനെയോപോലെ ദൂരെ നിന്ന് ഇഷ്ടപ്പെടു കയും ചെയ്തിട്ടില്ല. അതുകൊണ്ടാവാം ഇത്തരമൊരു അന്യഥാബോധം. ഇവിടുത്തെ കമനീയകാഴ്ചകളിൽ മതിപ്പുതോന്നി അതിലപ്പുറം മായിക മായി ഒന്നിനോടും ഒരാകകർഷണവും തോന്നിയില്ല. ആൻഡ്രേയ്ക്ക് ഇതു മനസ്സിലാവുമോ എന്തോ? അവൾ നീരസത്തോടെ സ്വയം പറഞ്ഞു: ഇല്ല ഇതിലൊന്നും ആൻഡ്രേയ്ക്ക് താത്പര്യം തോന്നില്ല. അവളാഗ്രഹിച്ചവിധം അവരിരുവരും മാത്രമാണിപ്പോൾ, ഈ സ്വകാര്യത അവർക്കു മുതലെടു ക്കാനാകുന്നില്ലെന്നത് അത്യന്തം ഖേദകരം തന്നെ.

അവസാനം അവൾ പറഞ്ഞുപോയി:

"സോവിയറ്റ് റഷ്യയിലെ ഒന്നിനും എന്നെ സ്വാധീനിക്കാനാകാഞ്ഞത് എന്തുകൊണ്ടാണെന്ന് എനിക്കിപ്പോൾ ബോധ്യമായിരിക്കുന്നു."

"പറയൂ, കേൾക്കട്ടെ, എന്തുകൊണ്ടാണ്?"

അയാളുടെ സന്നദ്ധത, ശ്രദ്ധ, എല്ലാവരോടും അതുപോലാണെങ്കിലും അവളോട് അല്പം കൂടിയ അളവിൽ. താനെന്തേ അയാളോടു തുറന്നു സംസാരിക്കാൻ മടിച്ചു നിന്നതെന്ന് അവൾ ആശ്ചര്യപ്പെട്ടു. അയാളുടെ ഊഷ്മളമായ നോട്ടം, മനസ്സിൽ സ്വരൂപിച്ച് വെച്ചത് ഉറക്കെ പറയാൻ അവളെ പ്രേരിപ്പിക്കുന്നുണ്ട്.

"ചുരുക്കത്തിൽ ഈ യാത്ര നമുക്കിരുവർക്കും ഒരുപോലെ നിരാശാ ജനകമായി. അങ്ങനെയല്ലേ?"

"നിനക്കല്ല."

"അതെ, എനിക്കും അങ്ങനെത്തന്നെ. മറ്റൊരുതരത്തിൽ പറഞ്ഞാൽ ഈ ദേശത്തു നടക്കുന്ന പലതും എനിക്കു മനസ്സിലാക്കാനാവുന്നില്ല. നമ്മളെത്തിയ ദിവസത്തിൽ നിന്ന് ഒരടി എനിക്കു മുന്നോട്ടു പോകാനാ യിട്ടില്ല. പാരീസിലെത്താൻ എനിക്കും തിടുക്കമായി."

അവളെ കുറ്റപ്പെടുത്തുന്ന രീതിയിൽ അയാൾ തുടർന്നു "എനിക്ക് മടുത്തതൊന്നുമില്ല. നീ കൂടെയുണ്ടെങ്കിൽ എനിക്ക് ഒരിക്കലും മടുക്കില്ല."

"എനിക്കും നീ കൂടെയുണ്ടെങ്കിൽ മടുക്കുകയേയില്ല."

"പിന്നെ നീയല്ലേ എന്നെ നോക്കി ഒച്ചവെച്ചത് എനിക്കു മടുക്കുന്നു വെന്ന്?"

അയാളുടെ സ്വരത്തിൽ ആത്മാർത്ഥമായ വേദന നിഴലിച്ചിരുന്നു. ശരിയാണ് അവൾ കോപാവേശത്തിൽ അയാളോട് ഒച്ച വെച്ചിരുന്നു, അവൾ അതു മറന്നുപോയിരിക്കുന്നു. പക്ഷേ ആ വാക്കുകൾ അയാളെ ആഴത്തിൽ മുറിവേല്പിച്ചിരിക്കുന്നുവെന്നോ? അവൾ ഒന്നു മടിച്ചു. പിന്നെ തുറന്നു പറയാൻ തന്നെ തീരുമാനിച്ചു.

"ദേ നോക്ക്, എനിക്ക് മാഷയെ വലിയ ഇഷ്ടമാണ്. പക്ഷേ സദാ സമയവും അവൾ നമ്മോടൊപ്പം. എനിക്കു നിന്നെ തനിച്ചു കിട്ടുന്നേ യില്ല. അതാണെന്നെ മടുപ്പിച്ചത്. നിനക്കതു വലിയ കാര്യമല്ലായിരിക്കാം, പക്ഷേ എനിക്കങ്ങനെയാണ്." അവളുടെ സ്വരത്തിൽ ഇച്ഛാഭംഗം.

"പക്ഷേ നമ്മൾ മാത്രമായ പല സന്ദർഭങ്ങളും ഉണ്ടായിരുന്നല്ലോ."

"അധികമൊന്നുമില്ല. ഉണ്ടായിരുന്നെങ്കിത്തന്നെ നീ റഷ്യൻ നിഘണ്ടു വിൽ മുഖം പൂഴ്ത്തി ഇരിപ്പായിരുന്നു..."

"എന്നോടു പറഞ്ഞാൽ മതിയായിരുന്നല്ലോ."

“നീയങ്ങനെ ആഗ്രഹിച്ചതായി തോന്നിയില്ല.”

“അല്ലേയല്ല. എന്നും എപ്പോഴും നീയെന്നോടു സംസാരിക്കണം എന്നാണെന്റെ ആഗ്രഹം.“

എന്തോ ആലോചിച്ചുകൊണ്ട് അയാൾ ഒന്നു നിർത്തി. എന്നിട്ടു തുടർന്നു:

“ഇതു തമാശയായിരിക്കുന്നു. എനിക്കു തോന്നിയത് മറ്റൊന്നാണ് പാരീസിലേക്കാളുമധികം സമയം നാമിരുവരും ഇവിടെ ഒന്നിച്ചു ചില വഴിക്കുന്നു എന്നാണ്.”

“അതെ, പക്ഷേ എപ്പോഴും മാഷയോടൊപ്പം.”

“നിങ്ങളിരുവരും നല്ല ചങ്ങാത്തത്തിലാണെന്നാണ് എനിക്കു തോന്നിയത്. അവൾ നിനക്കൊരു ശല്യമല്ലെന്നും.”

“അതെ, ഞങ്ങൾ നല്ല ചങ്ങാത്തത്തിലാണ്. പക്ഷേ എനിക്കും നിനക്കുമിടയിൽ മൂന്നാമതൊരാൾ. അത് അത്ര സുഖമുള്ള കാര്യമല്ല.”

അയാളുടെ മുഖത്ത് വിചിത്രമായൊരു പുഞ്ചിരി പടർന്നു.

“അതു തന്നെയാണ് എനിക്കും തോന്നാറുള്ളത്. എന്തിനുമേതിനും നീ ഫിലിപ്പിനെ കൂടെ കൂട്ടുമ്പോൾ.”

അവൾക്ക് ജാള്യത തോന്നി. ശരിയാണ് താൻ മിക്കപ്പോഴും ഫിലിപ്പിനേയും ഒപ്പം കൂട്ടാറുണ്ട്. അതുപക്ഷേ സ്വാഭാവികമല്ലേ?

“അതിൽ വ്യത്യാസമുണ്ട്.”

“അതെന്താ, അവൻ നമ്മുടെ മോനായതുകൊണ്ടാണോ? എന്നാലും നമുക്കിടയിൽ അവനൊരു മൂന്നാമൻ തന്നെയല്ലേ?”

“ഇല്ല, ഇനിയങ്ങനെ ഉണ്ടാവില്ല.”

“അതെന്താ നിനക്കു ഒട്ടും രസിച്ചില്ലെന്നു തോന്നുന്നു?”

അവരിനിയും വാക്കുതർക്കത്തിനൊരുങ്ങുകയാണോ?

“അല്ലല്ല. ആൺമക്കൾ കല്യാണം കഴിക്കുന്നത് ഒരമ്മയ്ക്കും രസിക്കില്ല. പക്ഷേ നീ വേവലാതിപ്പെടേണ്ട. എനിക്ക് ആ സുഖക്കേടു വരില്ല.”

അവർ വീണ്ടും നിശബ്ദരായി. അരുത് ഈ മൗനം അനുവദിച്ചു കൊടുക്കരുത്.

“നീയെന്താ ഇതുവരെ ഇക്കാര്യം എന്നോടു പറയാതിരുന്നത്, അതായത് ഫിലിപ്പിന്റെ സാന്നിധ്യം ഒരു ശല്യമാണെന്ന്?”

“നീയെപ്പോഴും കുറ്റപ്പെടുത്താറില്ലേ ഞാനൊരു പ്രത്യേക തരക്കാരനാണെന്ന്. അതും പോരാഞ്ഞ് നിന്നെ ഫിലിപ്പിൽ നിന്നടർത്തി മാറ്റി ഞാനെന്തു നേടാനാണ്? നിനക്ക് എന്തായാലും എന്റെ മാത്രം സാമീപ്യം പോരെന്നു വന്ന സ്ഥിതിക്ക്...”

"ആ പറഞ്ഞതിന്റെ അർത്ഥം? നിന്റെ സാമീപ്യം പോരെന്നോ?"

"അല്ലാതെ പിന്നെ? മകൻ, ചങ്ങാതിക്കൂട്ടം, പാരീസ് ഇതൊക്കെയല്ലേ നിനക്ക് ജീവിതത്തിൽ ഏറ്റവും പ്രധാനം? കൂട്ടത്തിൽ ഞാനും. എന്നോടും ഇത്തിരി സ്നേഹവും."

അവൾ ആശ്ചര്യചകിതയായി. "എന്തു വിഡ്ഢിത്തമാണീ പറയുന്നത്? നിനക്കും അത്തരം മറ്റാവശ്യങ്ങൾ ഇല്ലേ?"

"മറ്റാവശ്യങ്ങളൊക്കെ എനിക്കു പാടേ ഉപേക്ഷിക്കാനാകും, എന്റെ കൂടെ നീയുണ്ടെങ്കിൽ. നാട്ടിൻപുറത്ത് നിന്നോടൊപ്പം തനിച്ച് അത്യന്തം സന്തുഷ്ടവാനായി കഴിയാനെനിക്കാകും. പക്ഷേ നീ പറഞ്ഞതോ നീയവിടെ മടുത്തു മരിച്ചുപോകുമെന്ന്."

വില്ലനൂവിലേക്ക് താമസം മാറ്റുന്നകാര്യം ഗൗരവമായി പറഞ്ഞതാണെന്നു വരുമോ?

"നിനക്ക് നാട്ടിൻപുറവും എനിക്ക് പാരീസുമാണിഷ്ടം. കാരണമെന്താണെന്നോ അവിടങ്ങളിലാണ് നാം നമ്മുടെ ബാല്യകാലം ചെലവഴിച്ചത്."

"അതല്ല ശരിയായ കാരണം. നിനക്ക് എന്റെ കൂട്ട് പോരാതെ വന്നിരിക്കുന്നു എന്നു ഞാൻ അന്നൊരിക്കൽ പറഞ്ഞപ്പോൾ നീ മറുത്തു പറഞ്ഞതേയില്ല."

ഉവ്വ്. അവൾക്ക് ഓർമയുണ്ട്. അന്നവൾ കോപാവേശത്തിലായിരുന്നു. അത്തരം അവസരങ്ങളിൽ, മനസ്സിനകത്ത് കോപം കുരുക്കുകളിട്ടു മുറുക്കുമ്പോൾ അയാൾ കേൾക്കാനിച്ഛിക്കുന്ന വാക്കുകൾ പുറത്തെടുക്കാൻ അവൾക്ക് വലിയ ബുദ്ധിട്ടുണ്ട്.

"അന്ന് ഞാൻ ദേഷ്യത്തിലായിരുന്നു. നിന്നോടുള്ള സ്നേഹം പ്രകടിപ്പിക്കാനുള്ള മനഃസ്ഥിതിയിലായിരുന്നില്ല. എന്നാലും നിനക്ക് എന്നോടുള്ളത്ര മമത എനിക്ക് നിന്നോടില്ല എന്നാണ് വിചാരമെങ്കിൽ അതു ശുദ്ധ വിഡ്ഢിത്തമാണ്."

അവൾ വാത്സല്യത്തോടെ ചിരിക്കുന്നു. അവൾ പറയുന്നതിലും കാര്യമില്ലാതില്ല. മാഷ അവരുടെ അടുത്തു നിന്ന് വിട്ടു മാറിയിരുന്നില്ല. അയാൾ പറഞ്ഞു:

"ചുരുക്കത്തിൽ ഒരു തെറ്റിദ്ധാരണ."

"അതേ നിന്നോടൊപ്പം എനിക്കു ബോറടിച്ചെന്ന് നീ കരുതി, സത്യത്തിൽ നിന്റെ കൂട്ടില്ലാഞ്ഞതാണ് എന്റെ മടുപ്പിനു കാരണം. അത്..."

"എന്നോടൊപ്പം സദാ നീയുണ്ട് എന്നതാണ് എന്റെ സന്തോഷം. പക്ഷേ നിനക്കതു മനസ്സിലാക്കാനായില്ല."

"അതെന്താ നമ്മളിരുവരും പരസ്പരം ഇത്രയും തെറ്റിദ്ധരിച്ചത്?"

"നമ്മുടെ ഇച്ഛാഭംഗങ്ങൾ നമ്മെ വിഷാദമനസ്കരാക്കി. ഇച്ഛാഭംഗങ്ങളെ അംഗീകരിക്കാനാവാഞ്ഞത് സംഗതി കൂടുതൽ വഷളാക്കി."

"അതായത് നമ്മൾ സത്യാവസ്ഥ എപ്പോഴും അംഗീകരിക്കണം, സ്വയവും പരസ്പരവും."

"നീ എല്ലാം എന്നോടു പറയാറുണ്ടോ?"

"ഉവ്വ്, ഏതാണ്ടെല്ലാം. നീയോ?"

"ഏതാണ്ടെല്ലാം."

അവർ ഒന്നിച്ചു ചിരിച്ചു. കഴിഞ്ഞ ഏതാനും ദിവസങ്ങൾ കഴിച്ചുകൂട്ടാൻ അവരെന്തേ ഇത്ര പ്രയാസപ്പെട്ടത്? ഇപ്പഴിതാ എന്തൊരു തെളിച്ചം, എന്തെളുപ്പം.

"ഒരു കാര്യം ഞാൻ നിന്നോടു പറഞ്ഞിട്ടില്ല, അതല്പം ഗുരുതരമാണു താനും. മോസ്കോയിലെത്തിയതുമുതൽ ഞാൻ വൃദ്ധയായെന്ന തോന്നൽ. ഇനിയും അല്പകാലത്തേക്കേ ജീവിതമുള്ളു എന്നൊരു തോന്നൽ. അതുകൊണ്ട്, കൊച്ചുകൊച്ചു തിരിച്ചടികൾപോലും അസഹ്യമായിത്തോന്നുന്നു. നിനക്ക് പ്രായമായതായി തോന്നുന്നില്ലായിരിക്കാം, പക്ഷേ എനിക്കങ്ങനെ തോന്നുന്നു."

"ഉവ്വുവ്വ്. എനിക്കും അങ്ങനെത്തന്നെ. ഞാനതേപ്പറ്റി പലപ്പോഴും ചിന്തിക്കാറുമുണ്ട്."

"നേരാണോ, എന്നിട്ടിതുവരെ എന്നോടിക്കാര്യം പറഞ്ഞില്ലല്ലോ."

"നിന്നെ സങ്കടപ്പെടുത്തേണ്ടെന്നു കരുതി. നീയും ഇതുവരെ അതേപ്പറ്റി സംസാരിച്ചില്ലല്ലോ."

വീണ്ടും കുറച്ചു നേരത്തേക്ക് മൗനം. പക്ഷേ ആ പഴയ നിസ്സഹകരണ മൗനമല്ല, പരസ്പരവിശ്വാസത്തിന്റെ ഒരു ചെറിയ ഇടവേള, അത്രമാത്രം. പുതുക്കപ്പെട്ട, ഇനിയൊരിക്കലും നിലക്കാനിടയില്ലാത്ത സംഭാഷണത്തിനിടയിലെ ഒരു ചെറിയ ഇടവേള.

"നമുക്കു തിരിച്ചു പോകാം?" അവൾ ചോദിച്ചു.

"ശരി പോകാം." അയാൾ അവളുടെ കൈ പിടിച്ചു.

ഇതൊരു ഭാഗ്യമാണ്, ഇങ്ങനെ പരസ്പരം തുറന്നു സംസാരിക്കാനാകുന്നത്. അവൾ ആത്മഗതം ചെയ്തു. വാക്കുകൾ എങ്ങനെ എടുത്തുപയോഗിക്കണം എന്നറിയാത്ത ദമ്പതികൾക്കിടയിൽ തെറ്റിദ്ധാരണകൾ കുന്നോളമുയരും, അവർക്കിടയിലെ സർവതും നശിപ്പിച്ചുകളയും.

"ഞാൻ വല്ലാതങ്ങു പേടിച്ചു പോയി, കേട്ടോ. നമുക്കിടയിൽ എന്തോ അരുതാത്തത് സംഭവിച്ചുപോയെന്ന്."

"ഞാനും."

"പക്ഷേ സത്യത്തിൽ അത് അസാധ്യമായിരുന്നു. കാരണം നമ്മൾ പരസ്പരം പറഞ്ഞു തീർക്കണമെന്നത് അനിവാര്യമായിരുന്നു." അയാൾ പറഞ്ഞു.

"അതെ അനിവാര്യം. അടുത്ത തവണ എനിക്ക് ആശങ്ക തോന്നില്ല."

അയാളുടെ പിടി മുറുകി. "ഇല്ല, ഇനിയൊരു തവണ ഇങ്ങനെ ഉണ്ടാകില്ല."

ഉണ്ടാവുമായിരിക്കാം. പക്ഷേ അതല്ല പ്രധാനം. അവരിനി ഒരിക്കലും മാനസികമായി പരസ്പരം പിരിഞ്ഞ് അലഞ്ഞു തിരിയില്ല.

ഇക്കഴിഞ്ഞ ദിവസങ്ങളിലെ മനോവ്യാപാരങ്ങളെല്ലാം മുഴുവനായി അയാൾ അവളുമായി പങ്കുവെച്ചിട്ടില്ല. അവളും പലതും പറയാതെ ബാക്കി വെച്ചിട്ടുണ്ടാകാം. പക്ഷേ അതൊന്നും മുഖ്യമല്ല. അവർ പരസ്പരം വീണ്ടും കണ്ടെത്തിയിരിക്കുന്നു. അതാണ് പ്രധാനം. എന്നെങ്കിലും അയാൾ ചോദിച്ചേക്കും, അവൾ പറയുകയും ചെയ്യും. അയാൾ ചോദിച്ചു:

"ആട്ടെ, എന്തേ പ്രായമായി എന്നു തോന്നാൻ?" ∎

www.ingramcontent.com/pod-product-compliance
Lightning Source LLC
LaVergne TN
LVHW041623070526
838199LV00052B/3223
* 9 7 8 9 3 8 8 8 3 0 0 6 5 *